संस्कार

लेखक

यू. आर. अनंतमूर्ती

अनुवाद

रं. शा. लोकापूर / वि. ग. कानिटकर

मेहता पब्लिशिंग हाऊस

Please contact us at **Mehta Publishing House,** Pune 411030.
✆ +91 020-24476924 / 24460313 / Mob. No. 9545000513
Email : production@mehtapublishinghouse.com
Website : www.mehtapublishinghouse.com

◆ *या पुस्तकातील लेखकाची मते, घटना, वर्णने ही त्या लेखकाची असून, त्याच्याशी प्रकाशक सहमत असतीलच असे नाही.*

SANSKAR by U.R. Ananthamurthy

संस्कार / अनुवादित कादंबरी

अनुवाद : रं. शा. लोकापूर / वि. ग. कानिटकर
Email : author@mehtapublishinghouse.com

मराठी अनुवादाचे व प्रकाशनाचे हक्क मेहता पब्लिशिंग हाऊस, पुणे.

प्रकाशक : सुनील अनिल मेहता, मेहता पब्लिशिंग हाऊस,
१९४१, सदाशिव पेठ, माडीवाले कॉलनी, पुणे – ४११०३०.

मुद्रक : ट्रिनिटी ॲकॅडमी फॉर कॉर्पोरेट ट्रेनिंग लिमिटेड

मुखपृष्ठ : बुवा शेटे

प्रथमावृत्ती : जानेवारी, १९७४ / सप्टेंबर, १९९४ / ऑगस्ट, १९९९ /
पुनर्मुद्रण : ऑगस्ट, २०१६

किंमत : ₹ १३०

P Book ISBN 9788171619313
E Book ISBN 9789353170578
E Books available on : amazonkindle Apple Books Google Play Books

वाळून सापळा झालेल्या भागीरथीच्या अंगावर दोन तांबे पाणी घालून प्राणेशाचार्यांनी आंघोळीचं शास्त्र केलं. हलक्या हातानं तिचं अंग पुसून झाल्यावर त्यांनी तिला पातळ नेसायला मदत केली. स्वतः अंघोळ करून देवपूजा, नैवेद्य आटोपल्यानंतर त्यांनी प्रसादाचं फूल तिच्या सुपारीएवढ्या अंबाड्यात खोवलं. तीर्थ दिलं. बसल्या बसल्या तिनं त्यांच्या पायाला उजव्या हातानं स्पर्श करून नमस्कार केला. एका वाटीत प्राणेशाचार्यांनी रव्याची खीर आणली होतीच.

"तुमचं जेवण आधी होऊ द्या."

तिनं आपल्या क्षीण आवाजात सांगितलं.

"नको. तू आधी खीर घे पाहू," आचार्य म्हणाले.

हे काही आजचं नवीन नव्हतं. जवळ जवळ वीस वर्षं झाली; असंच चालत आलंय. अजून किती वर्षं चालणार कोण जाणे! पहाटेची आंघोळ. संध्यावंदन. स्वयंपाक. बायकोचं औषध. पुन्हा नदीपलीकडे असलेल्या मारुतीच्या देवळात जाऊन पूजाअर्चा. हे असं न चुकता सारं काही व्हायला हवं. जेवण झाल्यानंतर अग्रहाराचे ब्राह्मण एकएक करून त्यांच्या ओट्यावर जमतात. प्राणेशाचार्यांची पुराण- हरिकथा सांगण्याची हातोटीच तशी वाखाणण्यासारखी. दिवसेंदिवस रसाळ होत चाललेली. संध्याकाळी पुन्हा आंघोळ, संध्यावंदन, बायकोला खीर, औषध, स्वयंपाक, जेवण. मग पुन्हा रात्री घरी जमलेल्या ब्राह्मणांपुढे प्रवचन.

केव्हातरी न राहवून भागीरथी म्हणायची,

"माझ्यामुळे तुम्हाला काय सुख आहे? वंशाच्या वेलीला एखादं तरी फळ नको का? तुम्ही दुसरी बायको करा..."

"दुसरी बायको? माझ्यासारख्या म्हाताऱ्याला......" प्राणेशाचार्य मग हसायचे.

"अजून चाळीशीही उलटली नाही आणि तुम्ही म्हातारे होय? काशीला जाऊन संस्कृत धर्मशास्त्र अभ्यास केलेल्या तुमच्यासारख्यांना मुलीचे बाप हसत हसत कन्यादान करतील. मुलाशिवाय घराला घरपण नाही. माझ्यामुळे कधी तुम्हाला सुख मिळालंय म्हणून हा तुमचा हट्ट म्हणते मी..." सांगण्याच्या भरात भागीरथी उठून बसू लागली होती. तिला आचार्यांनी पुन्हा झोपवलं. हसून 'झोप' म्हणून दटावलं. फलाची अपेक्षा न धरता कर्म करा म्हणून भगवंतांनी सांगितलं नाही का? ब्राह्मणाचा जन्म देऊन भगवंतानी हेतूपूर्वकच आपल्याला अशा निष्फळ संसारात गुंतवलंय. त्यांना एकाएकी बायकोच्या आठवणीनं कणव आली. तिच्यामुळेच कर्मावरची आपली श्रद्धा वाढीला लागली...

जेवायला बसायच्या आधी प्राणेशाचार्यांनी केळीच्या पानावर गोग्रास काढून घेतला व तो तसाच नेऊन परसात रवंथ करीत बसलेल्या गौरीपुढे ठेवून, तिच्या अंगावर हळुवारपणे हात फिरविला. त्यांच्या स्पर्शानं गाय गदगदली, उठून उभी राहिली. तिचं शेपूट उचलून आचार्यांनी आपल्या डोळ्यांना लावून घेतलं. आता ते जेवण्यासाठी आत जाणार तोच त्यांच्या कानावर 'आचार्य, अहो आचार्य' अशी हाक ऐकू आली. आवाज तरी नारणप्पाची रखेली चंद्री हिच्या आवाजासारखा आहे. तिच्याशी बोललो तर पुन्हा अंघोळ करावी लागणार. पण बाई माणसाला जेवण होईपर्यंत अंगणात थांबवायचं म्हणजे त्यांना कससंच वाटलं.

ते ओट्यावर आले. बेसावध उभी राहिलेली चंद्री डोईवर पदर घेऊन बाजूला झाली.

"काय बाई, कशाला आलीस?"

"ते...... ते......" चंद्रीचा आवाज कापला. आवंढा आला व ती खांबाला टेकून तशीच उभी राहिली.

"कोण? नारणप्पा का? काय झालं त्याला?"

"ते गेले.. " एवढं कसंबसं सांगून चंद्रीनं आपला चेहरा हातांनी झाकून घेतला.

“नारायण... नारायण! कधी? कधी गेला?”

“आता, इतक्यात.”

“काय झालं होतं त्याला?”

“शिवमोग्याला गेले होते.” स्फुंदत चंद्री सांगू लागली, “आणि आले तेव्हा ताप घेऊनच आले. चारच दिवस ताप होता. काखेजवळ गाठ आली होती, सूज यावी तशी...”

“अरेरे......”

नेसत्या सोवळ्यानिशी प्राणेशाचार्य तसेच मग गरुडाचार्यांच्या घरी गेले. “गरुडा, गरुडा” हाका मारीत ते थेट त्यांच्या स्वयंपाकघरात घुसले. गरुडाचार्य हा नारणप्पाचा जवळचा नातेवाईक. त्यांचे पणजोबा-पणजोबा मावसभाऊ. गरुडाचार्य जेवायला बसला होता. सारभात कालवला होता. पहिला घास घेणार तेवढ्यात प्राणेशाचार्यांनी सांगितलं- “ऐकलंस, गरुडा जेऊ नकोस. नारणप्पा मेला म्हणे.” खांद्यावरील पंच्याने त्यांनी तोंडावरचा घाम टिपून घेतला. गरुडाचार्याला धक्काच बसला. तसं म्हटलं तर त्याचं व नारणप्पाचं भांडण विकोपाला गेलं होतं आणि परस्पर बोलणं खुंटलं होतं; परंतु हातात घेतलेला घास त्यानं खाली ठेवला व आपोषणी घेऊन उठलादेखील. त्याची बायको सीता तर हातात डाव धरून पुतळ्यासारखी उभी होती. तिला तो म्हणाला,

“मुलांना काही हरकत नाही. त्यांची जेवणं होऊ द्या. शवसंस्कार होईपर्यंत आम्हाला जेवता यायचं नाही.” तो उठला आणि तडक प्राणेशाचार्यांच्या मागे चालू लागला.

अग्रहारातील ब्राह्मण जेवणं संपवतील की काय या उत्कंठेनं प्राणेशाचार्यांनी भराभर पावलं उचलली. अग्रहारातल्या ब्राह्मणांच्या घरी धावतच जाऊन त्यांनी निरोप पोहोचविला. उडुपी लक्ष्मणाचार्याच्याकडे ते स्वतः गेले, तर गरुडाचार्यानं खालच्या घरच्या दुर्गाभट्टांकडे निरोप देऊन पाठविले. वणव्यासारखी ही बातमी राहिलेल्या दहा घरींही पोहोचली. पोरांना आत कोंडून दार न् खिडक्या बंद केल्या गेल्या. कोणी ब्राह्मण आतापावेतो जेवले नव्हते, ही त्यातल्या त्यात समाधानाची गोष्ट होती. नारणप्पाच्या मरणाच्या बातमीनं कुणाला वाइट वाटलं असं नव्हे; परंतु एक अव्यक्त, अपरिचित अशी धास्ती मात्र सर्वांना वाटली.

‘आयुष्यभर वैर साधून शेवटी हा आपला साडू म्हणविणारा अन्नाच्या घासालाही आडवा आला,’ असं म्हणत लक्ष्मणाचार्यानं खरकटा झालेला हात धुतला. प्राणेशाचार्यांच्या ओट्यावर निघालेल्या पुरुषांच्या कानात त्यांच्या बायका कुजबुजल्या “स्वतः प्राणेशाचार्यांनी ठरविल्याशिवाय तुम्ही काही शवसंस्काराबद्दल पुढाकार घेऊ नका. उद्या स्वामीजींनी बहिष्कार घातला म्हणजे मग काय घ्या?”

एरवी पुराण ऐकण्यासाठी जशी गर्दी असावी तशीच गर्दी आजही जमली. प्रत्येकाच्या मनात हुरहूर. त्यांच्याकडे पाहिल्यासारखं करून गळ्यातील तुळशीमाळेवरून हात फिरवित आपल्याशीच बोलल्यासारखे आचार्य म्हणाले - “नारणप्पाच्या शवाला संस्कार व्हायलाच हवा, ही पहिली गोष्ट. खरा प्रश्न आहे त्याला मूलबाळ नाही, मग संस्कार कुणाकडून करावा?”

अंगणात खांबाला टेकून उभी राहिलेली चंद्री उत्कंठेनं हे ब्राह्मण याविषयी काही बोलतील म्हणून त्यांच्या तोंडाकडे आळीपाळीनं पाहत राहिली. प्राणेशाचार्यांच्या घरी ब्राह्मण गेले म्हणून त्यांच्या बायका थोड्याच स्वस्थ बसणार! त्या मागच्या दरवाज्यानं आचार्यांच्या घरी आल्या आणि माजघरात गर्दी करून उभ्या राहिल्या. न जाणो, आपला नवरा संस्कार करण्यासाठी फट् म्हणून तयार व्हायचा!

आचार्यांच्या शब्दाला होकार देण्यापलीकडे गरुडाचार्याला जास्त काही सुचलं नाही. आपले काळेभोर दंड हातानं कुरवाळीत तो “अ ऽ ऽ ऽ होय... बरोबर” एवढंच म्हणाला.

“शवसंस्कार झाल्याशिवाय कुणाला जेवता येणार नाही.” दासाचार्य म्हणाला.

‘खरं, खरं.’ लक्ष्मणाचार्यानं मुंडी हलवून कराकरा पोट खाजवून घेतलं. मागे त्याला ताप येऊन गेला तेव्हा सुजलेलं पोट तसंच राहिलं. बाकी त्याच्या बाबतीत विशेषसं डोळ्यांत भरण्यासारखं काही नव्हतं. खोबणीतले मिचमिचणारे पिवळे डोळे... मोजता येण्यासारखी छातीची हाडं... त्यात एक पाय कायम वाकडा... त्यामुळे अंग पुढे झुकल्यासारखं.

कुणाकडूनही सरळ उत्तर आलं नाही तेव्हा आचार्यांनी पुस्ती जोडली,

"आता त्याचा शवसंस्कार आणि विधी कुणी करावेत, हा आपला पुढचा प्रश्न आहे. नात्यातील मंडळी जर करत नसतील तर कुणीही ब्राह्मणांनी संस्कार करावा, असं धर्मशास्त्रात म्हटलं आहे."

नातेवाइकांचा प्रश्न आल्यामुळे बाकीच्या ब्राह्मणांनी गरुडाचार्यांकडे आणि लक्ष्मणाचार्यांकडे पाहिले. आपला काही संबंध नाही असे सुचविण्यासाठी की काय, लक्ष्मणाचार्यानं डोळे मिटून घेतले. पण गरुडाचार्य कोर्टकचेऱ्या केलेला. त्याला गप्प राहवलं नाही. चिमूटभर तपकीर नाकीत कोंबून, खाकरून तो बोलू लागला.- "धर्मशास्त्राप्रमाणे आम्ही चालावे हे योग्य. आम्हा सर्वांत आपण विद्वान आहात. आपलं वाक्य म्हणजे आम्हाला वेदवाक्य. आपली आज्ञा आम्हाला मंजूर आहे. माझा आणि त्याचा चार-पाच पिढ्यांचा संबंध आहे; परंतु आपल्याला माहीतच आहे की त्याचा बाप आणि मी कोर्ट-दरबार करून, मळ्यासाठी भांडलो. त्याचा बाप मेल्यानंतर मी धर्मस्थळाहून निवाडा आणला- काय समजलं? - पण या नारणप्पानं तो धिक्कारून- काय समजलं? यापुढे त्याचा आमचा संबंध नाही! काय समजलं? अगदी लग्न, मुंज, जेवण-खाण सगळ्यांत वर्ज्य! तशा आणाभाका झाल्या आहेत.... काय समजलं?"

मध्येच गरुडाचार्यांचं नाकातलं बोलणं थांबलं, तेव्हा पुन्हा त्यांनी नाकात बार भरला. त्यानं इकडे तिकडे पाहिलं...तशी चंद्री दिसली, पण आता लपवण्यासारखं काही राहिलं नाही, या आविर्भावात तो फटदिशी बोलून गेला.

"तुम्ही सांगता ते आमच्या धर्मगुरूंनाही मान्य आहे. काय समजलं? -मी संस्कार करावा का नाही हा प्रश्न जरा बाजूला ठेवू. हा ब्राह्मण होता की नाही हाच मुख्य प्रश्न आहे- काय समजलं? शूद्र बाईशी सहवास केलेला..."

या माध्वांचे आचार किती चमत्कारिक आहेत हे गमतीने पाहत बसलेला, त्या अग्रहारातील एकुलता एक स्मार्त दुर्गाभट्ट चंद्रीकडे कटाक्ष टाकून म्हणाला-

"छे छे! असं भलतं बोलू नका आचार्य. एका शूद्र बाईला जवळ केली, म्हणून ब्राह्मण्य काही नासत नाही. उत्तरेकडून आलेल्या आमच्या पूर्वजांनी... हवं तर प्राणेशाचार्यांना विचारा-! इथल्या द्राविड बायकांशी

संबंध ठेवला हे इतिहास सांगतो. मी टिंगल करीत नाही. तसं पाहिलं तर मंगळूर जिल्ह्याला जाऊन येणारे बहुतेक गृहस्थ तिथल्या बसरूरच्या वेश्यांशी -''

कारण नसताना असं माध्वांबद्दल कडवट बोललेलं गरुडाचार्यांना आवडलं नाही

''थोडं थांबा, दुर्गाभट्ट. हा प्रश्न निव्वळ कामसंबंधाचा नाही. काशीला जाऊन वेदान्ताचा अभ्यास करून आलेल्या प्राणेशचार्यांना तुम्ही अनुलोम-विलोम शिकविण्याची गरज नाही, काय समजलं? तुमच्या मताच्या आमच्या मताच्या मी मी म्हणणाऱ्या पंडितांशी वाद घालून, दक्षिणेतील समस्त पीठांत जय मिळवून, पंधरा ठिकाणी जरीची शाल, चांदीची ताटं मिळवून आलेल्या- काय समजलं?- आमच्या आचार्यांना- काय समजलं?''

मूळ मुद्दा बाजूला राहून आपली स्तुतीच चाललेली पाहून प्राणेशाचार्यांना संकोचल्यासारखं झालं. वातावरण सावरत ते म्हणाले, ''लक्ष्मणा, तुला काय सांगायचं आहे? नारणप्पाला तुझी मेहुणीच दिली होती ना?''

लक्ष्मणाचार्यानं डोळे मिटून घेतले.

''तुमची आज्ञा. आम्हाला सूक्ष्मधर्म काय समजणार आहे? गरुड सांगतो तसं- नारणप्पानी हलक्या जातीच्या स्त्रीशी- '' वाक्य अर्धवट सोडून पांघरलेल्या धोतरात तो शिंकरला. ''आपल्याला माहीतच आहे, तो तिच्या हातचं जेवण जेवत होता - ''

''हेही होतं-'' नारणप्पाच्या घरासमोर राहणाऱ्या पद्मनाभाचार्यानं अंगठा उंचावून अपेय पानाचा आविर्भाव करत सांगितलं.

''मद्यपान राहू द्या- मांसाहारही करत होता म्हणे.'' गरुडाचार्य दुर्गाभट्टांकडे वळून बोलला, ''तुम्हाला त्याची हरकत असणार नाही म्हणा. तुमच्या मताचार्यानं आपला अनुभव पूर्ण होण्यासाठी परकायाप्रवेश करून राणीशी संबंध ठेवलाच होता की नाही?'

बोलणं आवाक्याबाहेर चाललेलं पाहून प्राणेशाचार्यांनी गरुडाचार्याला दटावलं- ''गरुडा, जरा गप्प बैस पाहू...''

''मंगळसूत्र बांधलेल्या बायकोला त्यांनी सोडलं. जाऊ द्या म्हटलं- '' डोळे मिटून लक्ष्मणाचार्य पुन्हा सांगू लागला. ''कुणाला तरी पदरी ठेवलं. वेड लागलेल्या माझ्या मेहुणीचा संस्कार केला नाही. तेही जाऊ

द्या म्हटलं... तर स्वतःच्या आई-बापाचं श्राद्ध करण्यातही त्यानं कुचराई केली. जवळचा म्हणून झाकून ठेवणाऱ्यापैकी मी नव्हे! तो माझ्या बायकोचा मामेभाऊ. आपला म्हणून जेवढं सावरायचं तेवढं सावरलं. प्रत्येक खेपेला 'जाऊ द्या' म्हणतच आलो. पण पिढ्या न् पिढ्या घरी पुजलेला शाळिग्राम सगळ्या ब्राह्मणांदेखत नदीत फेकायचा म्हणजे काय? इतकंच काय... त्यावर तो थुंकलासुद्धा! त्यालाही 'जाऊ द्या' म्हटलं. पण मुद्दाम आम्हाला खिजवण्यासाठी आपल्या घराच्या अंगणातच अपेयपान- अभक्ष्य भोजन करायचं होय? सांगायला गेलो तर टांगायला धावायचा. जिवंत असेपर्यंत त्याला भिऊनच वागावं लागलं आम्हाला.''

आपल्या नवऱ्यानं सगळं कसं चोख सांगितलं, म्हणून माजघरात बसून ऐकत असलेल्या अनसूयेच्या तोंडावर समाधानाचं हास्य झळकलं. तेवढ्यात खांबाला टेकून बसलेली चंद्री तिच्या दृष्टीस पडली आणि मग अनसूयेनं मनातल्या मनात तिला लाखोली वाहण्यास सुरुवात केली. या महामायेला अपरात्री वाघ आडवा यावा; साप चावावा! या सटवीनं त्याचं डोकं भरवून दिलं नसतं, तर आपला तो मामेभाऊ असं लग्नाच्या बायकोला आजाराचं निमित्त करून दूर सारता? जमीनजुमला विकून, घरातलं सोनंनाणं तिच्या गळ्यात घालता?

चंद्रीच्या गळ्यातील चपलाहार, हातातील पाटल्या पाहून अनसूयेला राहवलं नाही. तिनं जोरात गळा काढला. आपली बहीण राहिली असती तर तिच्या गळ्यात हे सगळं असायला हवं होतं. आपल्या नात्यातल्या माणसाचं शव असं संस्काराशिवाय राहिलं असतं का? या सगळ्यांमागे ही डाकीण आहे. हिच्या तोंडावर निखारा पडो. अनसूयेला कढामागून कढ यायला लागले.

वैदिकीशिवाय उदरनिर्वाहाचं दुसरं साधन नाही म्हणून दासाचार्य जेवणासाठी दहा दहा मैल चालायचा. तो म्हणाला,

''त्याला आम्ही अग्रहारात ठेवून घेतलं म्हणून गेली दोन वर्षं आम्हाला अन्न संतर्पणाला वगैरे आमंत्रण आलं नाही हे सर्वांना माहीत आहेच. आता जर का आम्ही घाईनं त्याच्या शवाला संस्कार केला, तर आमची वैदिकीसुद्धा आटोपलीच म्हणून समजा. पण त्याचं मढं ठेवून

घेऊन अग्रहारात जेवता यायचं नाही आणि ही- उपाशी राहता यायचं नाही! या धर्मसंकटात प्राणेशाचार्यांनी सूक्ष्मधर्म काय आहे हे समजावून सांगावं. ते सांगतील त्याला कुणाचाच विरोध असणार नाही.''

त्या प्रश्नाशी आपला संबंध नाही, अशा भावनेनं दुर्गाभट्ट चंद्रीला न्याहाळत बसले. तसे ते विशेष घराबाहेर पडणाऱ्यांपैकी नव्हेत. कुंदापुराहून नारणप्पानं आवडीनं आणलेलं हे पाखरू त्यांच्या रसिक नजरेला या पूर्वी फारसं पडलं नव्हतं. वात्सायनानं चित्तिणीचं वर्णन केलंय ना, अगदी थेट तशी. पायाच्या अंगठ्यापेक्षा लांब असलेली तिची बोटं पाहा. भरदार छाती पाहा. संभोगात ती पुरुषाला शोषून घेत असावी. तिचे मोठे मोठे गहिरे डोळे आज दुःखानं म्लान झालेले असले तरी आकर्षकच आहेत. दुर्गाभट्टांना आपल्या शेजघरातील एक चित्र आठवलं. रवी वर्माच्या चित्राची प्रतिकृतीच ती. त्यात ती मत्स्यगंधा फाटक्या वस्त्रानं आपले उभार उरोज झाकून घेत आहे, असं दाखवलं होतं. हिचं रेखीव नाक, ओठ, डोळे तसेच! हिच्यासाठी नारणप्पानं शाळिग्राम फेकून दिला. मद्य-मांस घेऊ लागला, यात आश्चर्य ते काय! त्याच्या निधडेपणाचं कौतुक करावं. त्या मुसलमान मुलीशी लग्न केलेल्या जगन्नाथानं आपल्या शृंगार शतकात केलेलं कुसंभाराचं वर्णन त्यांना आठवलं. प्रसंग निराळा असता आणि तिथं प्राणेशाचार्य नसते तर त्यांनी तेथील अरसिक ब्राह्मणांनासुद्धा तो श्लोक समजावून सांगितला असता. कामातुराणां- अर्थात नारणप्पासारख्यांना- न भयं न लज्जा...

भरलेल्या सभेत कोणी बोलत नाहीत हे पाहून दुर्गाभट्ट म्हणाले, ''आम्ही सांगायचं तेवढं सांगून झालं; गेलेल्या माणसाबद्दल वाईटसाइट बोलू नये. आता प्राणेशाचार्य सांगू देत. तुम्हाला जसे, तसे ते मलाही गुरूसमान आहेत. गरुडाचार्य मग आम्हाला उर्मटपणानं काही म्हणोत-''

प्राणेशाचार्यांना वाटलं की सबंध अग्रहाराचं ब्राह्मण्य राखण्याची जबाबदारी आपलीच आहे. शब्द न् शब्द तोलून, अडखळत ते सांगू लागले,

''गरुड म्हणाला की त्याच्या व नारणप्पाच्या आणाशपथा झालेल्या आहेत. धर्मशास्त्रात त्याबद्दल उपाय सांगितला आहे. शांती करून घ्यावी. गो-दान करावं. एखाद्या पुण्यक्षेत्राला जाऊन यावं. खर्चाचा प्रश्न

आला तर तो गरुडानं करावा, असं सांगण्याचा अधिकार माझा नव्हे. आता लक्ष्मण, दास आणि इतरांनी काढलेला प्रश्न. चांगला सत्कुलीन असून, ब्राह्मणासारखा नारणप्पा वागला नाही ही गोष्ट खरी आहे. अग्रहाराला त्यांनी मान खाली घालायला लावली. मोठा सूक्ष्मप्रश्न आहे. याबद्दल मला काही उत्तर सुचत नाही; कारण असं की, त्यानं ब्राह्मण्य सोडलं तरी ब्राह्मण्यानं त्याला सोडलं नाही- त्याच्यावर कुणी बहिष्कार टाकला नाही आणि ज्या अर्थी तो बहिष्कृत नव्हता, त्या अर्थी तो ब्राह्मण म्हणूनच मेला. तसं पाहिलं तर ब्राह्मणेतरांना त्याचं शव शिवायचा अधिकार पोहोचत नाही. बरं, त्यांना जर शिवू दिलं तर आमच्या ब्राह्मण्यावरच गदा येईल. इतक्या चमत्कारिक रीतीनं तो सर्वांशी वागला की मला, कुणाला संस्कार करा म्हणून जोरानं सांगवत नाही. याबद्दल काय करावं, धर्मशास्त्र काय सांगतं- दोषपरिहारासाठी एखादी शांती आहे किंवा कसं...'

चंद्री झटदिशी पुढे झाली व आपल्या हातांतील व गळ्यातील सोनं काढून आचार्यांच्या पुढे ठेवून 'हे सर्व खर्चासाठी असू द्या' म्हणून अडखळत सांगून बाजूला उभी राहिली. जमलेले सगळे ब्राह्मण चकित झाले. बायका पुढे सरसावल्या. कुणाचा आपल्या डोळ्यांवर विश्वास बसेना.

कमीत कमी दोन हजार रुपयांचं तरी सोनं असावं, असा अंदाज तिथल्या बायकांनी बांधला. प्रत्येक स्त्री आपल्या नवऱ्याच्या तोंडाकडे पाहू लागली. ब्राह्मणांनी माना खाली घातल्या. त्यांना भीती वाटली की सोन्याच्या आशेनं ब्राह्मण्य नासेल. पण दुसऱ्याच क्षणी त्यांपैकी प्रत्येकाला वाटलं की दुसऱ्या एखाद्यानं पुढे होऊन नारणप्पाचं क्रियाकर्म करून, ब्राह्मण्याला धक्का न लावता ते सोनं मिळवलं तर काय घ्या? लक्ष्मणाचार्य व गरुडाचार्य यांच्यातल्या परस्पर द्वेषाला या प्रकरणानं आणखी कडवटपणा आला. परस्पर अविश्वासाला धार चढली. ब्राह्मण्य न घालवता, एखादी हाडकुळी गाय दान करून एवढं सोनं मिळवून इह-पर दोन्ही घट्ट करून घ्यायला हा आपला प्रतिस्पर्धी तयार झाला तर?

या माध्वांना नारणप्पाचा संस्कार तर करू देत, गावोगाव भटकून हे कसले नालायक लोक आहेत याचा डांगोरा पिटायला आपण कमी करणार नाही, अशी खूणगाठ दुर्गाभट्टांनी बांधली.

दासाचार्यांसारख्या गरीब ब्राह्मणाच्या तोंडाला पाणी सुटलं व डोळे ओले झाले. गरुड, लक्ष्मण हे काही नारणप्पाचं कर्म आपल्यापर्यंत येऊ देणार नाहीत, असा त्यांनी विचार केला.

प्राणेशाचार्य मनात म्हणाल- 'मी लोकांना काहीतरी भलं सांगत होतो, तेवढ्यात चंद्रीनं हा काय घोटाळा केला.'

दुसरा कोणी शवसंस्काराला तयार होऊन सोनं लुबाडतो की काय, अशी प्रत्येकाला काळजी वाटू लागली. त्यामुळे जो तो आपल्यावरील जबाबदारीपेक्षा दुसऱ्याचं दुखणं मोठं करून सांगू लागला.

"गरुडाचार्यांचा मुलगा घर सोडून मिलिटरीत पळून गेला, यामागे नारणप्पाशिवाय कोण होतं? त्याला प्राणेशाचार्यांनी वेदविद्या दिली; पण अखेरीस नारणप्पाच्या शब्दांप्रमाणेच तो वागला. जणू आमच्या मुलांना बिघडविण्याचा विडाच त्यानं उचलला होता — '

"आता या बिचाऱ्या लक्ष्मणाचार्यांच्या जावयाचंच पाहा ना- अनाथ मुलाला घरी ठेवून घेऊन शिकवून मोठा केला. त्याला मुलगी देऊन घरजावई करून घेतलं, तर नारणप्पानं त्याचं डोकं बिथरवलं. महिन्यातून एखाद्या दिवशीसुद्धा तो आताशी अग्रहारात नसतो!"

"ते जाऊ द्या, गणपतीच्या तलावातील मासे देवाचे. ते पकडले तर पकडणारे रक्त ओकून मरतील, हा आपला पिढ्या न् पिढ्या चालत आलेला विश्वास; पण या चांडाळाने मुसलमान पोरांना गोळा करून घेऊन तिथं बंदुकीनं माशांची शिकार केली! आता तर सगळेच शूद्र तिथं मासे पकडायला जातात. या अधमामुळे ब्राह्मणांचं वर्चस्व इतरांवर राहिलेलं नाही. तेही जाऊ द्या म्हटलं तर पारिजातपूरच्या मुलांना नाटकाचं वेड लावलं."

"या चांडाळावर बहिष्कारच घालायला हवा होता- काय समजलं?"

"ते कसं काय जमायचं रे, गरुडा? 'तुम्ही बहिष्कार घाला तर खरे; मी मुसलमान होतो' म्हणून त्यानंच उलट आपल्याला धाक घातला. मग एकादशीच्या दिवशी अग्रहारात मुसलमानांना आणून जेवायला घातलं. 'बहिष्कार घाला तर खरे, मी मुसलमान होतो व एकेका ब्राह्मणाला खांबाला बांधून त्याच्या तोंडात गोमांस घालतो की नाही पाहा... मग?' असं म्हणाला बेरड! 'तुमचं ब्राह्मण्यच जाग्यावर राहणार

नाही,' अशीही त्यानं भीती घातली. बरं तो मुसलमान झाला म्हणून त्याला अग्रहाराच्या बाहेर घालवायला कायद्याचा आधार नाही. काय करावं सांगा, अशा प्रकरणी? प्राणेशाचार्यसुद्धा हात चोळत बसले नाहीत काय?''

''त्याचा बाप मेल्यानंतर त्याच्या परसातल्या फणसाचा मधासारखा एक गरसुद्धा ब्राह्मणांना मिळाला नाही.''

सोन्याकडेच टक लावून बघत बसलेल्या बायकांची आपापल्या नवऱ्यांच्या अशा बोलण्यानं निराशा झाली. आपला मुलगा मिलिटरीत गेला तर गेला; त्याबद्दल लक्ष्मणाचार्याला बोलायचा काय अधिकार, असं गरुडाचार्यांची बायको- सीतादेवीला वाटलं; तर आपल्या जावयाचा विषय काढायला गरुडाचार्याला काय कारण, असं अनसूयेला- लक्ष्मणाचार्यांच्या बायकोला वाटलं.

आता प्रसंग बाका आहे हे प्राणेशाचार्यांनी ओळखलं. जणू आपल्याशी बोलल्याप्रमाणे ते म्हणाले,

''आता यावर उपाय काय? अग्रहारात एक प्रेत ठेवून स्वस्थ बसावं की काय! सनातन धर्माप्रमाणे अग्रहारातून प्रेत नेल्याशिवाय पूजा, स्नान, संध्या जेवणखाण काही करता येणार नाही. तो बहिष्कृत नसल्यामुळे इतरांना त्या शवाला हात लावू देता येणार नाही...''

''बहिष्कार घातला नाही म्हणून घोटाळा झाला.'' गरुडाचार्य कडवटपणे म्हणाला. कितीतरी वर्षांपासून त्याच्यावर बहिष्कार घालावा म्हणून त्यानं प्रयत्न केला होता. त्याच्या आवाजात 'मी यापूर्वीच सांगितलं नव्हतं का?' असा भाव भरला होता.

''तो मुसलमान झाला असता तर आम्हालाच अग्रहार सोडायची पाळी आली असती. मग आमच्या पोटापाण्याची काय सोय?'' सगळेच ब्राह्मण विविध मुखांनी वाद घालू लागले.

दिवसभर जेवणाशिवाय कसं राहावं, या विवंचनेत बसलेल्या दासाचार्याला एकदम एक कल्पना सुचली. त्या आनंदात उभा राहून तो म्हणाला, ''पारिजातपुरातल्या ब्राह्मणांशी नारणप्पाचं विशेष सख्य होतं असं म्हणतात. त्यांच्याकडे त्याचं जेवणखाण ऊठबस होत असे. त्यांना विचारावं. त्यांचे नेम-निष्ठा आपल्याइतके कडक नाहीत.''

पारिजातपुरातले ब्राह्मण जरा आडमार्गाचे. स्मार्त. एके काळी तिथल्या

अग्रहारात एका विधवेला दिवस गेल्याची बातमी त्यांनी लपवून ठेवली म्हणून कुणीतरी ब्राह्मणानं शृंगेरीच्या श्रीपर्यंत ती पोहोचवली व सबंध अग्रहारावरच त्यांनी बहिष्कार घातला म्हणून वावड्या उठल्या होत्या; परंतु एकंदर पारिजातपुरातले ब्राह्मण सुखी. नेम-निष्ठा म्हणून उगीच नाचणाऱ्यांपैकी नव्हेत. झालंच तर सुपारीच्या बागा पण करायचे. म्हणून दुर्गाभट्टाला त्यांच्याबद्दल आपुलकीच वाटायची. आपल्यासारखेच ते स्मार्त म्हणून अभिमानही त्यात दडलेला असायचा. लपूनछपून त्यांच्याकडे जाऊन तो उप्पीट, पोहे, कॉफी घेऊन यायचा. अजून त्याला त्यांच्याकडे जेवण घेण्याइतपत धैर्य मात्र झालं नव्हतं. याशिवाय त्याला पारिजातपुराबद्दल आकर्षण वाटायचं दुसरं कारण म्हणजे तिथल्या पान खाणाऱ्या सकेशी विधवा स्त्रिया. त्यामुळे साहजिकच दासाचार्यांच्या बोलण्यानं त्याचा पारा चढला. 'या माध्वाला एक वेळ जेवायची पंचाईत आणि घमेंड तरी किती!' असं तो स्वतःशी म्हणत राहिला.

"तू बोललास... हे काही बरोबर नाही. तुम्ही त्यांना आडवे ब्राह्मण समजता; पण ते स्वतः तसं मानत नाहीत. तुमच्या मताच्या माणसाचं शव तुमच्या हातानं उद्धार पावत नाही; तुमची जात बुडते तर त्यांची जात बुडणार नाही काय? तुम्ही विचारण्याचं धाडस तरी करा आणि बघा कशी ते तुमची पूजा बांधतात ते! पारिजातपुरातल्या मंजय्याजवळ तुम्हा सगळ्यांना विकत घेण्याइतका पैसा आहे, काय?"

दुर्गाभट्टाचा राग आवरण्यासाठी प्राणेशाचार्य म्हणाले,

"दुर्गाभट्ट, तुम्ही म्हणता ते बरोबर आहे. आपण जे करणार नाही ते दुसऱ्याकरवी करवून घेणं हे ब्राह्मण्याला शोभत नाही; परंतु रक्ताच्या संबंधाइतके स्नेहसंबंधसुद्धा महत्त्वाचे नाहीत का? नारणप्पा त्यांचा दोस्त होता, तर त्यांना ही बातमी सांगावी एवढं तरी तुम्हाला पटायला हवं?"

"बरोबर बोललात, आचार्य तुमच्या मताच्या लोकांचं ब्राह्मण्य सर्वस्वी आता तुमच्याच हातात आहे. आपली जबाबदारी मोठी आहे. आपण काहीही ठरवा; त्याला कुणाचा विरोध असणार नाही." दुर्गाभट्ट तळमळीनं वाटलं ते स्पष्ट बोलून मोकळा झाला.

पुन्हा सोन्याचा प्रश्न निघाला. पारिजातपुरातले ब्राह्मण जर संस्कार

करायला पुढे झाले तर त्यांना सोनं मिळावे की काय? लक्ष्मणाचार्यांची बायको अनसूयेला आपल्या बहिणीच्या अंगावर असावयास हवं असलेलं सोनं त्या आडपंक्तीच्या ब्राह्मणांनी गिळंकृत करावं हे आवडलं नाही. ती मध्येच बोलली- "कुणाचं सोनं म्हणून ते परस्पर देताय हो? सारं काही ठीक असतं तर माझ्या बहिणीच्या अंगावर हे सोनं असायला पाहिजे होतं." ती स्फुंदून रडू लागली.

लक्ष्मणाचार्याला बायकोचं बोलणं पटलं तरी चारचौघांत तिनं असं बोलावं, हे रुचलं नाही.

"पुरुषांच्या कारभारात तुझं काय काम? गप्प बैस." म्हणून आपल्या नवरेगिरीचा टेंभा त्यानं मिरवला. पण अनसूयेचं बोलणं गरुडाचार्याला काही पटलं नाही.

"हा बरा न्याय आहे! म्हणे सारं काही ठीक असतं तर! धर्मस्थळाच्या न्यायाप्रमाणे हे सर्व मला मिळायला पाहिजे." तो म्हणाला.

प्राणेशाचार्यांना याचा उबग आला. विषय राहतो बाजूला आणि इतर गोष्टींचा हा काथ्याकूटच काय चालला आहे, असा त्यांना प्रश्न पडला.

"तुम्ही जरा एकमेकांना सांभाळून घ्या पाहू. आपल्या पुढे सध्या शवसंस्काराचा प्रश्न आहे. सोन्याचा न्याय नंतर पाहू. आधी पारिजातपुरातल्या ब्राह्मणांना ही बातमी कळवा. ते स्वतः जर संस्कार करायला तयार असतील तर बरंच झालं," असं म्हणून त्यांनी दोघांचंही समाधान केलं. "आता तुम्ही चला. मी जरा मनुस्मृती व इतर शास्त्रग्रंथ पाहून यातून काही मार्ग निघतो की काय पाहतो." एवढं म्हणून ते उभे राहिले.

डोक्यावरील पदर सावरून चंद्री प्राणेशाचार्यांकडे आर्तपणे पाहत होती.

दुभत्याच्या कपाटात झुरळं, कोठीच्या खोलीत उंदीर-घूस, माजघरात दोरीला धुवट कपडे. अंगणात चटईवर वाळत टाकलेले पापड, सांडगे, मेथीमिरची, परसात तुळस, या गोष्टी अग्रहारात घरोघरी आढळायच्या. परसदारी वाढवलेल्या फुलझाडांत मात्र फरक असायचा. भीमाचार्यांच्या परसात पारिजात, पद्मनाभाचार्यांकडे मोगरा, लक्ष्मणाचार्यांच्या इथं हिरवा

चाफा, गरुडाचार्यांकडे गुलाब, दासाचार्यांकडे मंदार आणि दुर्गाभट्टाच्या परसात शंखेश्वर आणि बेल. देवपूजेसाठी फुलं मागायला जो तो दुसऱ्याच्या घरी जायचा. खुशाली विचारायचा.

नारणप्पाच्या अंगणातील फुलं मात्र चंद्री केसांत माळायची! शेजघरातील फुलदाणीत ठेवायची. शिवाय दारापुढेच देवांना निषिद्ध आणि सापांना अत्यंत आवडणारी रातराणी. झुबक्यांनी होणारी त्याची फुलं रात्री मोहिनी टाकायची. त्या वासानं जणू सर्पबंधनात बांधल्यागत सबंध अग्रहारच बिथरायचा. नाजूक नाकाचे सगळे नाकाला फडकं लावून चालायचे. जमवलेलं सोनं चोरांनी लुबाडू नये म्हणून सापाची त्यांनी राखण ठेवली आहे, असंही काही म्हणायचे. तोकड्या वेणीच्या, वाळलेल्या चेहऱ्याच्या सुवासिनी मंदाराची फुलं माळायच्या; पण आपल्या काळ्या नागासारख्या लांबसडक केसांत चंद्री हिरवा चाफा, नाहीतर केवडा खोवायची. रात्र झाल्यावर रातराणीचा घमघमाट तर दिवसा ब्राह्मणांनी अंगाला लावलेल्या गंधाचा किंवा पारिजातकासारख्या सौम्य वासाच्या फुलांचा गंध अग्रहारात दरवळायचा. अशीच प्रत्येक घरामागे निरनिराळ्या आंब्याची, फणसांची झाडं. फळं वाटून खावीत. फुलं इतरांना देऊन मग माळावा, अशी तिथल्या लोकांची सर्वसाधारण पद्धत.

लक्ष्मणाचार्य मात्र झाडांवरील निम्मीशिम्मी फळं रातोरात उतरवून दुकानदाराला विकतो. तसा तो मोठा चिक्कू. बायकोच्या माहेरचं घरी कुणी आलं, तर त्याचा डोळा नेहमी बायकोवर असतो; आपल्याला चुकवून ती माहेरी काही पाठवून देते की काय, म्हणून तो गिधाडासारखा पाहत असतो.

चैत्र-वैशाखात घरोघरी पन्हं, वाटलेली डाळ असते. कार्तिकात दीपारतीला लोक दुसऱ्यांना बोलावतात.

याला अपवाद फक्त नारणप्पा! अग्रहार म्हणजे तरी असा काय मोठा लागून गेलाय; मध्ये एक रस्ता. त्याच्या दोन्ही बाजूंना एकूण दहा घरं. त्यात सर्वांत मोठं घर म्हणजे नारणप्पाचं; एका टोकाला. दुसऱ्या टोकाला घराच्या परसदारीच तुंगा नदी. कुणीतरी मागे तिथं घाट बांधून दिला आहे. श्रावणात नदीला पूर येऊन ती आता अग्रहारच वाहून नेते की काय, अशी भीती वाटायची. चार दिवस

तिचा रौद्रावतार पाहण्यासारखा, ऐकण्यासारखा असतो. मग पाणी हळूहळू उतरतं अन् उन्हाळ्यात तिचे तीन लहान प्रवाह होतात. त्या वाळवंटात मग ब्राह्मण पावसाळ्यातील भाज्यांची काकड्या काढून सोय करतात. ब्राह्मणांच्या घरी बाराही महिने आढ्याला अशा काकड्या टांगलेल्या असतात. पावसाळ्यात त्याचीच भाजी, आमटी, सार, सर्व काही. डोहाळे लागल्यासारखे तेथील ब्राह्मण कैरी घातलेल्या सारासाठी आसुसलेले असतात. बाराही महिने व्रतं, दानधर्म, लग्न, मुंज, श्राद्धासाठी बोलवणी असतात. आराधना, टीकाचार्यांची पुण्यतिथी अशा महत्त्वाच्या प्रसंगी तीस मैलांवरील मठात जेवण. ब्राह्मणाचं जीवन असं चाललेलं असतं.

या अग्रहाराला दुर्वासपूर नाव का? त्याच्या मागे एक आख्यायिका आहे. रंगा नदीच्या पात्रात एक लहानशी टेकडी आहे. तिथं झाडंझुडपं पुष्कळच वाढलेली आहेत. तिथं मागे दुर्वासऋषी तप करीत असत. द्वापर युगात पांडव इथून दहा मैलांवर राहत होते. वनवासात थोडे दिवस असताना द्रौपदीला एकदा वाटलं की आपण या पाण्यात पोहावं. मग भीमानं नदी अडवली आणि खाली थेंबभरही पाणी जाऊ दिलं नाही. सकाळी उठल्यानंतर दुर्वास पाहतात तर नदीत आन्हिकालाही थेंबभर पाणी नाही! त्यांचा राग अनावर झाला. ही गोष्ट युधिष्ठिराला दिव्यदृष्टीमुळे समजली. त्यानं भीमाला पाणी सोडण्यास सांगितलं. भीमानं तीन ठिकाणी पाण्याला वाट करून दिली. आजही तीन प्रवाहांत ती नदी वाहते. दुर्वासपूरचे ब्राह्मण आजूबाजूच्या अग्रहारातल्या ब्राह्मणांना सांगतात की द्वादशीच्या दिवशी पुण्यात्मांना दुर्वासवनातून शंख फुंकल्याचा आवाज ऐकू येतो! ....पण कोणी प्रत्यक्ष ऐकल्याबद्दल सांगत नाहीत.

एकंदर स्थलमाहात्म्यामुळे, वेदांन्तशिरोमणी प्राणेशाचार्यांमुळे आणि चांडाळ नारण्णप्पामुळेही या अग्रहाराचा नावलौकिक पसरला होता. आजूबाजूच्या अग्रहारातले लोक रामनवमीसारख्या प्रसंगी आचार्यांचं प्रवचन ऐकण्यासाठी खूप गर्दी करतात. आचार्यांना नारणप्पा म्हणजे मोठी समस्याच आहे. देवाचं मोठेपण बिंबवावं म्हणून ते आजारी असलेल्या बायकोची शुश्रूषा करण्यात, नाराणप्पाचं जगावेगळं वागणं

पोटात घालण्यात, अर्थ माहीत नसलेल्या, पोपटपंची मंत्र डोक्यात कोंबलेल्या ब्राह्मणांना त्यांचा अर्थ समजावून सांगण्यात, त्यांचा गृहस्थधर्म चंदनासारखा कणाकणानं झिजत असतो...

तव्यासारख्या तापलेल्या या अग्रहाराच्या रस्त्यातून डोक्यावर अंगवस्त्र लपेटलेले ब्राह्मण पुढे गेले. पोटात कावळे कोकलत होते. एकेक पाऊल उचलायचं म्हणजे त्या उन्हात जीव नकोसा होत होता; पण इलाज नव्हता. ते तसेच पाय खेचत तुंगाकाठी सारे आले. नदीचे तीनही प्रवाह ओलांडून थंडगार असलेल्या जंगलात शिरले. पुढे तासभर पाय ओढत ओढत ते पारिजातपूरला पोहोचले एकदाचे! हिरव्यागर्द सुपारीच्या झाडांकडे पाहून त्यांना बरं वाटलं. पण वारा नसल्यामुळे झाडांची पाने हालेनात. त्यांचे अनवाणी पाय फुफाट्यात भाजून निघाले होते. 'नारायण नारायण' म्हणत ते सर्व ब्राह्मण मंजय्या सावकारांच्या घरात शिरले. यापूर्वी त्यांनी कधीही त्यांचा उंबरठा ओलांडला नव्हता..

सावकार जमाखर्च लिहीत बसले होते. तसे ते व्यवहारात मुरब्बी.

"वा, वा, वा, ब्राह्मणांचा घोळकाच्या घोळका आला की इकडं. यावं. थोडीशी विश्रांती घ्यावी. पाय धुऊन घेता का? अगं केळी आण..." 'सावकारांनी त्यांचं ऐसपैस स्वागत केलं. त्यांच्या बायकोनं एका ताटलीत फळं आणून बाहेर ठेवली. मोठ्या शालीनतेनं "केव्हा आलात?" असं विचारून उत्तराची वाट न पाहता ती आत गेली. गरुडाचार्यानं उसासा टाकला, अन् संथपणे नारणप्पा मेल्याची वर्दी दिली.

"देवा, देवा, त्याला काय झालं? आठ-दहा दिवसांपूर्वीच इथं एका कामासाठी आला होता. शिवमोग्याला जाऊन येतो म्हणाला होता. तुमचं काही काम आहे का, असंही त्यानं मला विचारलं होतं. मग मी त्याला सुपारीची विक्री झाली का त्याची चौकशी करून यायला सांगितलं होतं... शिव शिव, अहो, गुरुवारी माघारी येतो म्हणाला होता... काय आजार झाला होता?"

"चार दिवस ताप आला होता म्हणे. सूज आली होती म्हणे थोडीशी." दासाचार्यानं माहिती पुरवली.

“शिव, शिव” म्हणत मंजय्यानी डोळे मिटून पंख्याचा वारा घेतला. शिवमोग्याला ते वारंवार जाऊन आलेले. त्यांना त्यामुळे रोगाची कल्पना आली; परंतु तोंडावाटे सांगण्याचेही त्यांना धैर्य होईना. ‘शिव शिव’ पुन्हा ते म्हणाले.

थोड्याच वेळात पारिजातपुरातले आडपंक्तीचे ब्राह्मण सगळे ओट्यांवर जमले.

व्यवहारात हुशार असलेला गरुडाचार्य म्हणाला, ‘तुम्हाला सगळं माहीतच आहे. अग्रहारात त्यांच्याशी आमच्यापैकी कुणाचा पाण्याचाही व्यवहार नव्हता. तुम्ही सगळे दोस्त -काय समजलं? - आता त्यांच्या शवसंस्कारासंबंधी... काय समजलं? - ’

पारिजतपुरातल्या लोकांना आपला एक मित्र गेल्याबद्दल हळहळ वाटली. उच्च जातीच्या एका ब्राह्मणाला शवसंस्कार करण्याची संधी लाभते याबद्दल त्यांना त्यातल्या त्यात बरे वाटले. आपल्या घरात नारणप्पा निर्भीडपणे जेवतो याबद्दल त्यांना जास्त अभिमान वाटत असे.

पारिजातपुरातल्या ब्राह्मणांचे पुरोहित शंकरय्या म्हणाले,

‘ब्राह्मण धर्माप्रमाणे सापही द्विज होय. त्यामुळे मेलेला साप दृष्टीस पडला तर त्याचा यथोचित संस्कार करावा त्याशिवाय जेवू नये असं शास्त्र आहे आणि आता तर एक ब्राह्मणच मेला आहे. आशावेळी आपण हात बांधून बसणे योग्य होणार नाही. तुम्हाला काय वाटते?’

आपल्याला शास्त्राची माहिती आहे, माध्वांपेक्षा आपण हलके नव्हेत, असेच त्याना सुचवायचे होते.

परंतु हे ऐकून दुर्गाभट्टच्या पोटात कालवल्यासारखे झाले. हा भोळा ब्राह्मण हे काय सांगतो असे त्याला वाटले. तो म्हणाला, ‘कबूल... प्राणेशाचार्य पण असेच सांगतात. आता प्रश्न असा आहे की मद्यमांस सेवन करून, शाळिग्राम पाण्यात फेकणारा नारणप्पा त्याला ब्राह्मण कोण म्हणणार? जात घालवायला कोण तयार होईल? सांगा. एका ब्राह्मणाचा शवसंस्कार न करणे अधर्म हे मलाही पटतं.’

शंकरय्यांची छाती धडधडली. आधीच आपल्याला आडपंक्तीचे म्हणतात. वाळीत टाकल्याप्रमाणे बाकीचे वागवतात आणि यामुळे त्यात आणखी भर पडायला नको असे त्यांना वाटले.

‘तसं असेल तर आम्ही पुढाकार घेणार नाही. तुमच्याकडे प्राणेशाचार्य

दक्षिणेतच प्रसिद्ध झालेले आहेत. आपद्धर्म कोणता, सूक्ष्मधर्म कोणता, हे त्यांनीच आम्हाला समजावून सांगावे. मग आम्ही नारणप्पाचा शवसंस्कार, वैकुंठ समाराधन, सर्व काही करायला तयार आहोत.' ते म्हणाले.

'पैशाची फिकीर करू नका. तो माझा दोस्तच होता. मी स्वतःच दानधर्म करीन.'

खर्चाच्या बाबतीत आखडता हात घेणाऱ्या माध्वांना डिवचण्यासाठी मंजय्या म्हणाले.

सगळे ब्राह्मण उठून पारिजातपुराकडे गेल्यानंतर प्राणेशाचार्यांनी चंद्रीकडे सहानुभूतीनं पाहिलं. 'बैस' असे तिला सांगून ते आत बायको झोपली होती त्या खोलीत गेले. 'अगं चंद्री मोठ्या दिलदार स्वभावाची बघ' अशी सुरुवात करून तिने दिलेल्या सोन्याबद्दल व त्यामुळे उद्भवलेल्या नवीन प्रश्नांबद्दल त्यांनी बायकोला थोडक्यात सांगितलं. लगोलग तालपत्रावर लिहिलेले ग्रंथ पोथी काढून बसले. केव्हापासून नारणप्पा आपल्याला डोकेदुखी होऊन बसला आहे. अग्रहारात शेवटी जिंकणार आहे तो आपण उंच धरलेला सनातन धर्म की त्याचा राक्षसी स्वभाव, याचा न्याय निर्णय व्हायला हवा, असं त्यांना सारखं वाटत होतं. कुठच्या शनीच्या शापानं हा असं वागतो, अशा विवंचनेनं प्राणेशाचार्य आठवड्यातून दोन दिवस संध्याकाळी उपवास करायचे. त्यायोगे देव पावून त्याला योग्य मार्गाला आणावं, हा त्यांचा हेतू. त्याच्याबद्दल आचार्यांना फारच कळवळा वाटायचा.

कारणंही असंच होतं. त्याची आई मरताना तिला आचार्यांनी शब्द दिला होता- 'तुझ्या मुलाच्या हितासाठी झटेन. त्याला चांगल्या मार्गावर आणण्याचा प्रयत्न करीन.' पण नारणप्पा काही चांगल्या वाटेला लागला नाही. हिताच्या गोष्टी कानावर पडल्या तरी त्याचा उपयोग झाला नाही. आपण वेदमंत्र शिकवून तयार केलेल्या गरुडाचार्यांचा मुलगा शाम आणि लक्ष्मणाचार्यांचा जावई श्रीपती यांना त्यानं आपल्याच वर्चस्वाखाली घेतलं. श्याम घर सोडून मिलिटरीत पळून गेला. गरुड- लक्ष्मण यांच्या तक्रारी ऐकून त्यांचे कान किटले तेव्हा ते एकदा नाराणप्पाकडे गेले होते. मऊ गादीवर लोळत असलेला तो उठून बसला. दोन हिताच्या गोष्टी सांगितल्या तर तोंडाला आले ते बोलला. ब्राह्मण धर्माबद्दल तुच्छतेनं बोलला.

“आता तुमची शास्त्रपुराणं चालणार नाहीत. आता पुढे येणार ती काँग्रेस. पंचनामा देवालयात घ्यायला पाहिजे....” असं काहीवाही बोलत राहिला. “असं नको रे बोलू!” आचार्य म्हणाले होते. तेव्हाच त्यांनी हेही सांगितले होते- ‘त्या श्रीपतीला बायकोपासून विलग करू नकोस.’ तो ‘हा हा’ करून हसला होता. ‘शरीरसुख न देणाऱ्या मुलीशी कोण संसार करील, आचार्य?- काही वेडपट ब्राह्मणाशिवाय!’ पुढे तो असंही म्हणाला होता- ‘नात्यातली म्हणून माझं लग्न वेडसर मुलीशी करून दिलंत. माझ्या संसाराच्या कल्पनेवर निखारा ठेवलात. तुम्ही ब्राह्मण; तुमचा धर्म तुमच्यापुरताच राहू द्या. असे आयुष्य वारंवार मिळत नसते. मी चार्वाक वंशातला. ‘ऋण कृत्वा घृतं पिबेत्’ म्हणणाऱ्यांपैकी.

‘भौतिक शरीर शाश्वत नव्हे’ असं आचार्यांनी परोपरीनं त्याला समजावण्याचा प्रयत्न केला होता. ‘तू एकटा काही करीनास; त्या मुलांना बिघडवू नकोस,’ असंही अजिजीनं सांगितलं होतं. त्यावरही तो हसत म्हणाला, “विधवांचा जमीनजुमला गिळणारा; देवदेवस्की करून वाईट चिंतिणारा गरुडाचार्य ब्राह्मण काय? शेवटी कोण जिंकतं ते पाहू. मी की तुम्ही? पाहू या आचार्य, हे तुमचं ब्राह्मण्य किती दिवस पुरणार आहे ते! त्या सगळ्यांवर मी एका स्त्रीसाठी पाणी सोडलं आहे. तुम्ही आता इथून निघा... जास्त बोलण्यानं तुमचाच कदाचित् अपमान व्हायचा.” तो आणखी काय काय बोलला असता, कोण जाणे; परंतु अशा माणसावर बहिष्कार घालण्यास आपण का आडवे आलो, याविषयी आचार्य आठवू लागले. त्याच्याबद्दल भीती, पश्चात्ताप की याचबरोबर शेवटी आपणच जिंकणार हा भलता विश्वास? कोणती कारणं होती? शेवटी तो म्हणाला तसंच झालं. जिवंत असताना त्यानं आपल्या ब्राह्मण्याची परीक्षा पाहिली; आता मेल्यानंतर तेच करतो आहे.

आचार्यांना आठवलं की नारणप्पाला त्यांनी तीन महिन्यांपूर्वी चतुर्दशीच्या संध्याकाळी शेवटचं पाहिलं होतं. त्या दिवशी सकाळी त्यानं मुसलमान लोकांबरोबर गणपतीच्या देवळाजवळ नदीत मासे पकडून सर्वांच्या देखत अग्रहारात नेले; अशी तक्रार गरुडाचार्यानं आणली होती.

पुरुषभर लांबीचे ते मध्येच तोंड वर करून लोकांच्या हातातील तांदूळ खाणारे चुस्त मासे कोणी पकडले, तर ते पकडणारे रक्त

ओकून मरतील, असा पूर्वापार चालत आलेला विश्वास. त्याला नारणप्पाच्या वागण्यामुळे तडा गेला होता. प्राणेशाचार्यांना धास्ती वाटली की असा वेडावाकडा वागून तो इतरांना बिथरवतो की काय! स्वतः ब्राह्मणकुलात जन्म घेऊन असा वागू लागला, तर बाकीच्या लोकांना धर्माबद्दल आस्था ती काय वाटणार. देवाबद्दल भीती असल्याशिवाय धर्माबद्दल आदर राहणार नाही, हे ते ओळखून होते आणि तीच जर मुळासकट उपटून काढली तर पुढे काय होणार... कसं होणार... या पृथ्वीला आधार कोण देणार? आता गप्प बसणं योग्य होणार नाही म्हणून आचार्य त्याच्याकडे गेले. सोप्यात उभे राहिले.

तो यथेच्छ प्यायलेला दिसत होता. डोक्यावरचे केस विसकटले होते. आचार्यांना पाहताच त्यानं तोंडावर फडकं धरलं.

त्याचा स्वभाव चक्रव्यूहाप्रमाणे. त्यात आपल्याला घुसायला वाट मिळाली तरी बाहेर येता येणार नाही, असं आचार्यांना वाटत होतं; परंतु त्यांच्याकडे पाहताना तो किंचितसा वरमला. एवढ्यानंही आचार्यांना बरं वाटलं. त्याच्या संरक्षणफळीत भेग पडली, अशी त्यांनी समजूत करून घेतली.

आपल्यातील सात्त्विक गंगाजल त्याच्यात प्रवेश करून त्याला शुद्ध केल्याशिवाय तो फुलणार नाही, असंही त्यांना वाटलं. गरुडासारखी झेप घेऊन त्याला जर्जर करून टाकावं, त्याच्यातील अमृताचा पाझर फोडावा, मोकळा करावा, अशी त्यांना तीव्र कामना झाली.

ते कठोर बोलले. एरवी सामान्य माणूस लाजेनं चूर व्हावा, असंही त्यांनी बोलून पाहिलं. त्याच्या डोळ्यांतून पश्चात्तापाची दोन टिपं पडली तरी पुष्कळ, असं त्यांना वाटलं. आपणाहून पाच वर्षं लहान असलेल्या नारणप्पाला भ्रातृप्रेमानं आपण मिठीत घेऊ, अशीही त्यांना वेडी आशा वाटत होती.

पण कसचं काय! नारणप्पानं मान खाली घातली. किंचितसा वरमल्यासारखा वाटला; पण एकंदरीत घट्ट वाटला!

तोंडासमोरील फडकं लांब फेकून तो जोरजोरानं हसला.

"चंद्री, बाटली कुठं आहे गंऽ? आचार्यांना जरा तीर्थ दे."

"तोंड बंद कर" आचार्य ओरडले. त्यांचं अंग रागानं थरथर कापू लागलं. उराशी थोडी आशा होती ती संपली.

"वा! वा! वा! आचार्यांनाही राग येतो तर? मला वाटलं होतं, की काम, क्रोध हे सर्व माझ्यासारख्या सामान्यांसाठी असतात; परंतु काम ठेचणाऱ्याचा रागदेखील नाकाच्या शेंड्यावरच असतो. दुर्वास, पराशर, भृगू, बृहस्पती, काश्यप, सगळे यातले. काम जिंकायला जाऊन नकळत क्रोधाच्या आहारी गेले. चंद्रे, बाटली कुठं आहे? अहो आचार्य, तुमचे ऋषिमुनी खरे रसिक म्हणावे! माश्याच्या वासाची कोण बाई ती, तिला नावेतच बिघडवून सुगंधित केले, काय त्यांचं नाव बरं? आणि त्या परंपरेचं नाव सांगणाऱ्या या अग्रहारातील ब्राह्मणांकडे एकदा पाहा..."

"नारणप्पा, तोंड सांभाळ." आचार्य उसळले. पण मघाइतका आवाज चढला नव्हता.

चंद्रीनं बाटली आणली नाही हे पाहून नारणप्पा रागारागानं स्वतः माडीवर गेला. धडपडत बाटली आणली. पेला भरला. असं वागू नका म्हणून चंद्री सांगत होती, तर तिला ढकलून दिलं. डोळे झाकून प्राणेशाचार्य निघण्यासाठी फिरले.

"आचार्य जरा थांबा." आपण आता निघालो तर आपल्याला हा पळपुटा म्हणणार या धास्तीनं आचार्य तिथंच उभे राहिले. दारूचा वास त्यांना सहन होईना. "ऐका," असं दारूचा एक घुटका घेऊन बेडौल हसत तो सांगू लागला-

"शेवटी कोण जिंकणार, मी की तुम्ही हे पाहू याच. मी ब्राह्मण्याचा नाश करणार आहे... करणार म्हणजे करणारच. पण दुःखाची गोष्ट म्हणजे या अग्रहारात नाश करण्यासाठी ब्राह्मण्यच शिल्लक नाही! ...तुम्हाखेरीज करून! गरुड, लक्ष्मण, दुर्गाभट्ट, हे कसले ब्राह्मण! मी जर का ब्राह्मण राहिलो असतो तर या तुमच्या गरुडाचार्यानं मला एका आपोष्णीत संपवलं असतं. किंवा घाणीतला पैसा जिभेनं काढणारा तो तुमचा लक्ष्मण, त्यानं माझ्या गळ्यात आपली दुसरी मरतुकडी मेहुणी बांधली असती! एकूण काय, तुमच्या म्हणण्याप्रमाणे शेंडी राखून, गंध-अंगारे लावून तुमच्या ओट्यावर बसून तुमचं पुराण ऐकायला हवं होतं नाही का?" नारणप्पानं आणखीन एक घोट घेतला. आतल्या

दारात भेदरून उभ्या राहिलेल्या चंद्रीनं मूकपणे नारणप्पाच्या पाठीमागूनच आचार्यांना हात जोडून जायला सुचविले. प्राणेशाचार्यही परत फिरले. दारूड्याशी वाद घालण्यात काय अर्थ आहे?

"आचार्य, मी सांगतो जरा ऐका. सारखं तुम्ही सांगत राहावं आणि बाकीच्यांनी ऐकावं, हा न्याय कुठला? माझंही बोलणं ऐकून घ्या ना! मी पण एक पुराण सांगतोय..." नारणप्पा सांगू लागला.

"एके काळी एका अग्रहारात एक परमपूज्य आचार्य राहत होता. त्याची बायको नेहमी आजारी असायची. स्त्रीसुख म्हणजे काय चीज आहे याची त्याला कल्पना नव्हती. त्यामुळे त्याचं ब्रह्मचर्य तळपत होतं. त्याचा नावलौकिक वाढला. अग्रहारातील बाकीचे ब्राह्मण अन्नासाठी, पैशासाठी वाटेल ती पापं करायला तयार असायचे. आपल्या पापावर पांघरूण घालायला आचार्य आहेत म्हणून ते सर्व बिनदिक्कत काहीही पापं करायचे. आचार्यांचं जसं पुण्य वाढत होतं, तसं बाकीच्यांचं पाप वाढू लागलं. एकदा अशी गंमत झाली. जशी आपल्याला कर्माप्रमाणे फळं मिळतात तशी त्याच्याविरुद्धही फळं मिळतात. तीच गोष्ट मी आपल्याला सांगणार आहे. ती तुम्ही समजावून घ्या. इतरांनाही जमल्यास समजावून सांगा...

"गंमत म्हणजे त्या गावात एक तरुण राहत होता. त्याची बायको त्याच्याबरोबर झोपायची नाही; कारण का तर तिनं तसं तिच्या आईला वचन दिलं होतं म्हणे! तो तरुण रोज त्या आचार्यांच्या इथं नेमानं पुराण ऐकायला यायचा. कारण जीवनात अनुभव नसला तरी हा आचार्य मोठा रसिक. संस्कृत काव्य-नाटकांत त्याला रस फार. एकदा तो कालिदासाच्या शाकुंतलबद्दल सांगत होता. शकुंतलेचं वर्णन करीत होता. त्या तरुणाबद्दल तुम्हाला माहीतच आहे. त्यानं बायकोला नुसता स्पर्श केला तर ती, त्यानं चिमटा काढला म्हणून आईजवळ तक्रार न्यायची. तो वैतागलाच होता. शकुंतलेचं वर्णन ऐकून त्याला आपल्या अंगातच एक स्त्रीशरीर वाढल्याचा अनुभव आला! बेंबीखाली मांड्यांपर्यंतचं अंग निखारा झाल्यासारखं झालं. तुम्हाला काय त्याचा अनुभव म्हणा! - पुढे काय झालं? तो तरुण तिथून झटदिशी उठला आणि पळतपळत नदीकडे गेला. त्या वेड्याला वाटलं नदीच्या पाण्यात ही आग विझेल. त्याच्या सुदैवानं तिथं एक

शूद्र मुलगी अंघोळ करत होती. पुनवेचं चांदणं. त्यात नदीच्या पाण्यात अपुऱ्या वस्त्रानिशी पोहणारी ती मुलगी. त्यानं तिचं अंगप्रत्यंग पाहिलं. यापूर्वी त्यानं अशी स्त्री कधी पाहिली नव्हती. निदान अशा अधाशीपणानं! तुमच्या ऋषींना मोहवून टाकणारी ही मत्स्यगंधाच होती. हीच शकुंतला आणि आपण दुष्यंत असं समजून त्यानं चंद्रसाक्षी तिथंच गांधर्व विवाह केला. म्हणजे समजलं ना आचार्य?

"आता तुम्ही सांगा, त्या गावच्या आचार्यांनीच त्या तरुणाचा धर्म बुडविला की नाही? गावाचा धर्म बुडविला की नाही? पूर्वीचे लोक सांगत होते ते काही खोटं नव्हे. वेद-पुराण वाचा; पण त्याचा अर्थ लावण्याच्या भानगडीत पडू नका. तुम्ही काशीला जाऊन आलेले. तुम्हीच सांगा ब्राह्मणधर्म कुणामुळे बुडाला?"

एकचित्तानं नारणप्पाचं बोलणं बडबडणं ऐकत उभे राहिलेल्या आचार्यांचा जीव कळवळला. हे सारं नुसतं दारूड्याचं बरळणं म्हणून दुर्लक्ष करावं, की खरोखर यात तथ्य आहे! तो म्हणतो तसं आपल्याकरवी नकळत काही घडलंय किंवा काय?

"पुण्याला जीभ नाही. पापाची जीभ मात्र चुरुचुरू बोलते." प्राणेशाचार्य उसासा टाकून पुढे म्हणाले- "आता देवानंच तुझ्यावर दया करावी."

"आचार्य, तुम्ही रसिकपणे पुराण वाचून दाखविता आणि शुष्कपणे, नीरसपणे जगावं म्हणून शिकविता; याचा मेळ कसा घालायचा? पण माझ्यात ते नाही! मासे खा म्हणजे मासे खा. स्त्रीबरोबर झोप म्हणजे स्त्रीबरोबर झोप. तुम्हाला एक शहाणपणाची गोष्ट सांगू? 'तुमच्या त्या रोगट, कुबट बायकोला नदीत लोटून द्या. पुराणकालातल्या ऋषीप्रमाणे माश्याची आमटी करू शकणाऱ्या एका झक्कपैकी मत्स्यगंधेला मिठीत घेऊन झोपा. त्या रात्री तुम्हाला परमात्म्याचा अनुभव मिळाला नाही तर माझं नाव बदला." डोळे मिचकावून नारणप्पानी पेल्यात राहिलेली दारू एका घोटात पिऊन संपवली. 'ओप् ' करत ढेकर दिली.

प्राणेशाचार्यांना एका गोष्टीचं फार वाईट वाटलं. आपल्या रोगग्रस्त बायकोचा संदर्भ त्यानं आणायला नको होता. आपल्याला डिवचण्यासाठी हा मुद्दाम असं बोलला असावा. 'रांडेच्या काय बोलतोस....' म्हणून ते तिथून तडक घरी आले.

त्या रात्री जपाला बसले तर चित्तवृत्तिनिरोध जमेना. त्यांनी देवाची करुणा भाकली. संध्याकाळी रसभरित गोष्टी वाचायच्या सोडून रुक्ष अशा व्रताच्या नीतिकथा ते वाचू लागले आणि आश्चर्य म्हणजे आपली पुराण सांगण्याची हौसच पार आटून गेली असं त्यांना वाटलं. लक्ष देऊन एकाग्र दृष्टीनं आपल्याकडे पाहत गोष्टी ऐकणारी मुलं-माणसं येईनाशी झाली होतीच. मोक्षाच्या आशेनं काही विधवा, म्हातारे न चुकता हजर राहायचे. मध्येच टिचक्या वाजवून जांभया द्यायचे, हरिनामाचा गजर करायचे...

एकेक तालपत्र उचलून वाचत, विचार करीत बसलेल्या प्राणेशाचार्यांना आपली बायको कण्हल्याचं जाणवलं. आपण तिला दुपारचं औषध दिलं नाही, हे त्यांना आठवलं. त्यासरशी ते उठले आणि त्यांनी वाटीतून औषध आणलं. सदाच पडलेल्या बायकोला आपल्या छातीच्या आधारानं त्यांनी बसवत औषध पाजलं.

"आता झोप हं." हळूच त्यांनी तिला झोपवलं- आणि माजघरात येऊन पुन्हा आपल्या ग्रंथाकडे ते वळले. मोठ्या जिद्दीनं वाचनात गर्क झाले.

पारिजातपुराहून रणरणत्या उन्हात हरी हरी करीत ब्राह्मण घरी आले. आतातरी थोडीशी विश्रांती घ्यावी, असं त्यांना वाटणं साहजिक होतं. पण त्यांच्या बायकांनी त्यांना सोडायला पाहिजे ना, विशेषकरून गरुडाचार्य-लक्ष्मणाचार्यांना. त्या काही त्यांना श्वास घेऊ देईनात.

गरुडाचार्यांचा एकुलता एक मुलगा श्याम. घर सोडून पळून जायला अग्रहारात बरीचशी कारणं सांगितली जातात. बापाचा स्वभाव एककल्ली. त्याला तो वैतागला, असं गरुडाचार्यांबद्दल फारसा आदर नसलेले सांगतात. नारणप्पाबद्दल कुणाचंच मत चांगलं नसल्यामुळे त्याच्यामुळेच तो पळून गेला, असंही लोक सांगतात. अग्रहारातल्या इतर मुलांप्रमाणे श्यामनंही प्राणेशाचार्यांकडून वेदविद्या अवगत केली. तरीसुद्धा तो नारणप्पाच्या आहारी कसा गेला? लक्ष्मणाचार्याला असं वाटतं की गरुडाचार्यानं नारणप्पाच्या बापावर करणी केली, ती आता उलटली एवढंच. देवदेवस्की, करणी, सगळी शेवटी करणाऱ्यावरच उलटतात, असा त्याचा विश्वास. गरुडाचार्याने करणी केली नसती तर सत्कुलात जन्मलेला नारायण असं का चांडाळासारखा वागला असता, असं

लक्ष्मणाचार्यांची बायको अनसूयेला वाटे. घराण्यालाच यामुळे कलंक लागला.

गरुडाचार्याची बायको-सीतादेवीला मात्र मुलाच्या घर सोडून जाण्यामागे चांडाळ नारणप्पाचाच हात आहे, असे वाटलं. अन्नपाणी वर्ज्य करून ती रोडावली. दिवसरात्र मुलाची वाट पाहू लागली. नंतर एकदाचं पत्र आलं मुलाकडून. आपण मिलिटरीत गेल्याचं आणि पुण्याला असल्याचं त्यानं लिहिलं होतं. करारनामा लिहून दिला असल्यामुळे सहाशे रुपये भरल्याशिवाय सुटका नाही, असंही त्यानं कळवलं होतं. सीतादेवीनं रडून आकांत केला. घर डोक्यावर घेतलं. ती नारणप्पाला शोधत फिरली. तो दिसल्यानंतर त्याला वाटेतच अडवून त्याच्याकरवी मुलाला एक पत्र लिहवून घेतलं. 'मांस वगैरे खाऊ नको. स्नान, संध्यावंदन सोडू नको' असं बजावायला सांगितलं. मुलाला चांगली बुद्धी यावी म्हणून त्या बाईनं शुक्रवार संध्याकाळचं जेवण सोडलं. गरुडाचार्य हा उलट भलताच कावला. 'तो मला मेल्यासारखा! या उंबरठ्यात पाऊल तर टाकू दे त्याला उभा चिरतो,' असा इंगळी डसल्यागत तो थयथयाट करायचा.

'आपल्या नवऱ्याला जरा चांगली बुद्धी दे. मुलाबद्दल त्याला प्रेम वाटू दे,' असं सीतादेवीनं तुळशीला साकडं घातलं. त्यासाठी शनिवार संध्याकाळचंही जेवण तिनं सोडलं.

आता आगीत तेल ओतणारे लोक काय कमी आहेत?

'मिलिटरीत स्नान, संध्यावंदन करू देत नाहीत; बळजबरीनं मास खायला लावतात,' अशी दुर्गाभट्टांनी हूल उठवून दिली. चारचौघांत गरुडाचार्याला त्यामुळे कमीपणा वाटायचा.

यामुळेच पारिजातपुराहून हात हलवत गरुडाचार्य येताच सीतादेवीला आनंद झाला. आता मुलाला सोडवून घेणं सोपं झालं असं तिला वाटलं. धर्मशास्त्रात कुठं ना कुठं तरी आपल्या नवऱ्याला नारणप्पाचा संस्कार करायला आधार मिळणारच असा तिला विश्वास वाटला. मग चंद्रीचं सोनं-नाणं आपल्यालाच मिळणार. तिला मग धास्तीही वाटली, न जाणो लक्ष्मणाचार्यानं आधी तयारी दाखविली तर? म्हणून तिनं मारुतीची प्रार्थना केली.

"देवा, तुला फळांची पूजा बांधीन. नारणप्पाचा संस्कार माझ्या नवऱ्याकरवीच होऊ दे."

आता तिच्या दृष्टीत नारणप्पाचा मांसाहार महत्त्वाचा राहिलेला नव्हता. उद्या आपला मुलगा मिलिटरीतून परत आला म्हणजे अग्रहारातले लोक गप्प बसतील काय? त्यांच्या जिभा वळवळतीलच की! मग आपल्या पोराला वाळीत टाकलं तर काय घ्या? नारणप्पावर बहिष्कार न घातल्याबद्दल हीच सीतादेवी, प्राणेशाचार्यांवर दात-ओठ खायची; परंतु आता तिला ते देवपुरुष वाटले. आपल्या मुलाचं सर्व पापही ते पोटात घालतील, त्याला आधार देतील, असा तिला विश्वास वाटू लागला.

घरी आल्या आल्या गरुडाचार्य आडवा झाला. तो बायकोच्या हळुवार सूचनेनं उसळून उठला. 'तो मला मेल्यासारखा म्हणून पूर्वीच सांगितलं नाही का? त्या चांडाळाचं नाव घेऊ नकोस!' तो तिच्यावर ओरडला खरा; परंतु पिसवीसारखं तिचं मनोगत त्याला खाऊ लागलं. सर्वनाश झाला तर चालेल, पुत्रनाशही होवो; परंतु ब्राह्मणधर्म सोडायचा नाही, असं त्याला क्षणभर वाटलं. पण प्राणेशाचार्य जर हो म्हणतील तर आपली काही ना नाही. सोनं हाती आलं तर आपण मेल्यानंतर पिंडदान करू शकणारा आपला एकुलता एक मुलगा मिलिटरी करारातून मोकळा होऊ शकेल.

"तुला काय समजतंय! गप्प बैस..." म्हणून बायकोच्या अंगावर पुन्हा एकदा खेकसूनही गरुडाचार्य चोरपावलानं प्राणेशाचार्यांच्या घराकडे वळला. अंगणात चंद्री बसली होती. तिच्याकडे न पाहता तो थेट माजघरात गेला. आचार्यांचं संशोधन अजून चाललेलं होतं. पोथीतील डोकं वर न काढता ते म्हणाले,

"बैस, गरुड. धर्मशास्त्राप्रमाणे करू या म्हणाले म्हणे, पारिजातपुरातले लोक?...एका दृष्टीनं त्यांचंही बरोबर आहे..." पुन्हा त्यांनी तालपत्र चाळायला सुरुवात केली.

खाकरून गरुडाचार्यानं घसा मोकळा केला. "आचार्य, मनुस्मृतीत काय म्हटलंय?" प्राणेशाचार्यांनी त्यावर नुसती मान हालवली.

"धर्मशास्त्रात आपल्याला उलगडा होत नसलेली अशी एक गोष्ट तरी आहे का? त्याबद्दल म्हणत नाही मी- काय समजलं? त्या दिवशी - काय समजलं? टीकाचार्यांची पुण्यतिथी होती. व्यासरायमठाच्या त्या पंडिताबरोबर आपण वाद घातलात. त्या खांबाजवळच्या पानावर बसून.

'बिंबोस्मि प्रतिबिंबोस्मि' या महावाक्याचा मध्वमताप्रमाणे अर्थ लावून सांगा असं आपण त्यांना आव्हान दिलंत... काय समजलं? वा रे वा! ते गडबडलेच. मला आठवतंय. त्या दिवशी चार तास लागले पंगत उठायला... काय समजलं? आपणाला मी सूचना द्यायला आलो असे आपण मानू नये. आपणापुढे मी कोणत्या झाडाचा पाला? -काय समजलं ?— "

आपल्याला हरभऱ्याच्या झाडावर हा चढवू पाहत आहे हे उमजून आचार्यांना शिसारी आली. धर्मशास्त्रात काय आहे काय नाही, हे त्याला नको आहे. कुणीकडून आपल्या तोंडातून 'हो' वदवून घ्यायला हा आला आहे. मग कोणी त्याला दोष द्यायला नको म्हणूनच हा एवढं आपल्याला चढवतो आहे. कारण एकच. चंद्रीचं सोनं! मोठेपणाचं फळ त्याच्याप्रमाणेच मिळतं असं नाही, असं त्या दिवशी नारणप्पा म्हणाला होता, ते खरं आहे! आपण अशा बोलण्यानं विरघळू नये. पाय रोवून घट्ट उभं राहावं. धर्मशास्त्राप्रमाणे करावं.

"आपले ऋषिमुनी त्रिकालज्ञ होते- काय समजलं?" गरुडाचार्यांची गडबड सुरू झाली होती; परंतु आचार्यांचं त्याच्याकडे लक्ष नव्हतं. ते एकचित्तानं वाचत राहिले.

"वेदान्त म्हणण्याचं कारण म्हणजे हा तत्त्वज्ञानाचा शेवटच, असं आपणच सांगितलं होतं. -काय समजलं? वेदान्तात उत्तर नाही असं होणार नाही. एका ब्राह्मणाचं शव अग्रहारात पडून राहतं म्हणजे काय? ब्राह्मणांना आपली धार्मिक कृत्यं करण्यास हरकत होते, म्हणजे काय? म्हणजे जेवायला मिळालं नाही म्हणून हा प्रश्न मी काढला नाही हो! - काय समजलं?"

याही बोलण्याकडे प्राणेशाचार्यांनी दुर्लक्षच केलं. आपण जे जे याला समजावून सांगण्याचा प्रयत्न केला, ते ते तो साभार परत करीत आहे! सोन्याला 'सु-वर्ण' नाव ठेवलेल्या दिवसांपासूनच ब्राह्मण चळला!

"आपण मघाशी सांगितलंत ते मला पटलं. त्यानं ब्राह्मणधर्म टाकून दिला तरी ब्राह्मणांनी त्याला वाळीत टाकलं नव्हतं ना? आपण त्याच्यावर बहिष्कार घातला असता तर - काय समजलं?- तो मुसलमान झाला असता आणि आपल्यावरच अग्रहार सोडायची पाळी आली असती."

“धर्मशास्त्रात जे सांगितलंय त्याप्रमाणे करायचा माझा निर्धार आहे गरुडा,” असं तुटकपणे सांगून आचार्य पुन्हा ग्रंथात डोकं घालून बसले.

“समजा, एखाद्या वेळी धर्मशास्त्रात उत्तर सापडलं नाही, सापडणार नाही असं नाही- काय समजलं? - पण नाहीच मिळालं तर आपद्धर्म म्हणून काहीतरी आहे, असं आपणच एकदा म्हटलं. एखाद्या माणसाचा जीव वाचविण्यासाठी गोमांस देण्याची पाळी आली तर गोमांसाला दोष नाही, असं आपणच म्हणाला होता. काय समजलं? - पृथ्वीवर भयंकर दुष्काळ पडला तेव्हा विश्वामित्र ऋषीला काही खायला मिळालं नाही. जीव वाचवणं, हा सर्वांत मोठा धर्म असं समजून, त्यानं मेलेल्या कुत्र्याचं मांसदेखील खाल्लं- काय समजलं”

“समजलं गरुडा, समजलं. तुझ्या मनात आहे ते एकदा सांगून टाक.” आचार्य म्हणाले. त्यांचंही ग्रंथ चाळून चाळून डोकं दुखू लागलं होतं.

“काही नाही - ” गरुडाचार्य जमिनीकडे पाहू लागला. उठून त्यांनी आचार्यांना दंडवत घातला आणि मग उभ्या उभ्यानंच त्यानं सांगितलं,

‘श्यामला मिलिटरीतून सोडवून नाही घेतलं तर माझे अंत्यसंस्कार कोण करणार? आपली कबुली असेल तर- काय समजलं?” पुढे त्याच्या तोंडून शब्द फुटले नाहीत. त्याच्या मागे लक्ष्मणाचार्य केव्हाच येऊन उभा राहिला होता, याचा त्याला पत्ताच नव्हता!

आपल्या बहिणीच्या अंगावर असायला हवं असलेलं सोनं चंद्रीनं- त्या महामायेनं- लुबाडलं. हिच्यामुळेच ती मेली, असं पुटपुटत घरापर्यंत रडत आलेल्या अनसूयेला हळूहळू नारणप्पाबद्दलही वाईट वाटू लागलं. काही म्हटलं तरी तो आपला मामेभाऊ, मामा जिवंत असता, किंवा बहीण हयात असती, त्या गरुडाचार्यानं करणी केली नसती, तर नारणप्पाची बुद्धी अशी फिरली असती का? तेवढं सर्व सोनं कुणाच्यातरी स्वाधीन करून तो बेवारशाप्रमाणे मेला असता का? ती स्फुंदून स्फुंदून रडू लागली.

“तो काही का करीना, आतड्याचं नातं तुटत नाही” असं म्हणून ती खांबाला टेकून स्वतःशीच बडबडू लागली. दुसऱ्याच क्षणी तिला घरात तोकड्या केसाची घट्ट वेणी घातलेली, बुगडी, चमकी घातलेली,

ठेंगणी ठुसकी, उभट कुंकू लावलेली तिची मुलगी लीला दिसली आणि तिचं मन दगडासारखं झालं.

"श्रीपती कधी येतो म्हणाला गं?" तिनं दहाव्यांदा मुलीला विचारलं. लीलावतीनं मान हलवली, आपल्याला माहीत नाही म्हणून- अनाथ मुलगा म्हणून त्याला घरी ठेवून घेतला. मोठा केला. शिकवलं. मुलगी दिली. तर त्याचं डोकंच नारणप्पानी बिथरवलं! आपलं अंडं आपणच खाणारी सापाची जात आणि नारणप्पाची जात एकच असावी. जावयाच्या डोक्यात नारणप्पानं काय काय भरवून दिलं कोण जाणे! महिन्यातले दोन दिवस काही त्याचे पाय घरात ठरत नाहीत. यक्षगान करणाऱ्यांच्या मागे गावोगाव हिंडतो. पारिजातपुरातल्या मुलांशी स्नेह करतो, दोन-चार ठिकाणी त्यानं बाया ठेवल्या आहेत म्हणून दुर्गाभट्टची बायको सांगते. लपून छपून तो नारणप्पाकडे जायचा, त्याच वेळी अनसूयेला उमजलं की हा पोरगा आपल्या हातातून निसटला. वाईट मार्गाला लागला. त्याच्याकडे तो काय काय जेवला, काय काय प्यायला ते भगवंतालाच माहीत. त्या चंद्रीच्या नटरंगीपणाला बळी न जाणाराच विरळा. जावयाला धडा शिकवावा म्हणून अनसूयेनं मुलीला शिकवलं "तू कधी कबूल होऊ नकोस. तो जवळ आला तर मांड्या घट्ट आवळून घेऊन झोप. अक्कल येऊ दे त्याला जरा- " लीलावतीनं आईचं तंतोतंत ऐकलं. नवरा शेजारी आला म्हणजे 'चिमटा काढला, चावले' असं रडतभेकत ती आईजवळ येऊन झोपत असे.

पण श्रीपती काही सुधारला नाही. मागे लक्ष्मणाचार्य आंगळ सुधारला होता; पण हा जावई काही बधला नाही. शेंडी काढून त्यानं केस वाढवले. दक्षिणा म्हणून आलेल्या पैशातून एक विजेरी घेऊन रात्री शिट्ट्या वाजवत तो अग्रहारात चकरा मारू लागला!

लक्ष्मणाचार्य आधीच तापाच्या आजारानं क्षीण झालेला. डोळे खोल गेलेले, दुपारचं जेवण नाही. त्यात पारिजातपुरापर्यंत फुकट पायपीट. मरायला टेकल्यासारखा दिसणारा लक्ष्मणाचार्य धापा टाकीत घरी येऊन पडला तोच त्याच्या बायकोनं टकळी सुरू केली. "काही म्हटलं तरी नारणप्पा माझे मामेभाऊ. ब्राह्मणधर्म त्यांनी बुडविला म्हणून काय झालं? त्याचं मढं शूद्रांनी जर उचललं तर आपण काही

जिवंत राहणार नाही. प्राणेशाचार्यांचा स्वभाव किती चांगला म्हणता! गरुडाचार्य त्याउलट. अग्रहाराला आग लावून पुन्हा आपणच शंख ठोकणाऱ्यांपैकी महाबिलंदर. तुमच्यासारखा येरा गबाळा नव्हे. त्याला जर का आचार्यांनी परवानगी दिली तर तो शवसंस्कार करून बायकोला सोन्यानं मढविणार. आधीच तिचं डोकं आभाळाला टेकल्यासारखी ती वागते. देवानं तिला बरी शिक्षा केली म्हणा. नाहीतर श्याम घर सोडून मिलिटरीत पळून कशाला हो जाता? आता माझ्या जावयाबद्दल, माझा मामेभाऊ नारणप्पाबद्दल हे एवढी जीभ सैल सोडतात, यांचा मुलगा तिथं काय काय खातो, काय काय करतो, बाई बाई, ते देवालाच माहीत! आता बघा गरुडाचार्य प्राणेशाचार्यांकडे जाणार नाही, तर गेलेला असणार. त्याचं मन वळवणार. त्याला सोडू नका. तुम्ही तिथं जा. उठा उठा...'' तिनं नवऱ्याला घराबाहेर पिटाळलं.

आपल्या मसलतीत हा कोण टीकोजीराव मध्येच अडमडला म्हणून गरुडाचार्याला राग आला. उसासा टाकत एका हातानं पोट उचलून धरून दुसऱ्या हाताच्या आधारानं जमिनीवर बसत असलेल्या लक्ष्मणाचार्यांकडे त्यानं रागारागानं पाहिलं. त्याच्या तोंडी पुष्कळ शिव्या घोळल्या; परंतु समोर आचार्य असल्यामुळे त्यानं तोंड आवरलं. डोक्यावरून नहायचं असेल तर एक चमचाभर तिळाचं तेलसुद्धा विकत न घेणारा हा कंजूष. याला ब्राह्मण कोण म्हणणार? 'डोक्यावरून अंघोळ करा एकदा' म्हणून बायकोनं तगादा लावला तर हा ढेरपोट्या सकाळी चार मैल चालून कोकण्याच्या दुकानात जाईल 'काय रे कामत, तिळाचं तेल आलंय का? काय भाव? माल कसा आहे? कुबट आहे की काय बघू,' म्हणून दोन चमचे हातावर घालायला लावून, वास घेतल्यासारखा करून 'ठीक आहे, पण मिसळ आहे. नवीन माल कधी येणार सांग आम्हाला. एक डबा पाहिजे,' असं सांगून तो तेलाचा हात डोक्याला पुसून घेतो. पुन्हा मिरचीच्या पोत्यात हात घालून 'मणाला काय भाव?' असं विचारत पसाभर मिरच्या गप्पा मारता मारता पिशवीत सोडतो. पुढे आणखी एक मैल चालून शेणायच्या दुकानात 'अरे कामत किती महागडा!' अशी सुरुवात करतो. तिथंही दोन-तीन चमचे तिळाचं तेल आणि पसाभर

मिर्ची! घरी आल्यानंतर स्नान. मग जेवण. आसपासच्या केळीच्या बागेतून पानं आणतो, वाळवून द्रोण करून विकतो. शिवाय जानवीजोड करून विकतो. कुणीतरी जेवायला बोलावतील म्हणून कावळ्यासारखा टपून असतो. आता या सोन्यावर तो टपला आहे. काही होवो, याला आपण सोनं पचू देणार नाही.

'नारायण, नारायण' करीत श्वास टाकीत लक्ष्मणाचार्यानं खांद्यावरच्या तोकड्या पंचानं घाम पुसून घेतला.

''अहो आचार्य, धर्मशास्त्राप्रमाणे हरकत नसेल तर शवसंस्कार करायला माझी ना नाही. काही म्हटलं तरी तो माझा साडू. आपली आज्ञा झाल्यास माझ्याशिवाय दुसरा अधिकारी या बाबतीत कोण आहे?'

डोळे झाकून लक्ष्मणाचार्यानं अदबीनं सुरुवात केली. गरुडाचार्य खजील झाला. याविरुद्ध आपल्याकडे काय अस्त्र आहे?

'शवसंस्कार करण्याच्या अधिकाराबद्दल प्रश्न जर आला- काय समजलं? -तर माझी हरकत नाही. तूच कर. बाकीच्यांचं पाप स्वीकारण्यासाठीच ब्राह्मण जन्म आला आहे! पण सोनं मात्र कोठीत जायला पाहिजे. किंवा धर्मस्थळाच्या न्यायाप्रमाणे मला मिळायला पाहिजे!' गरुडानं कोलदांडा घालून ठेवला.

प्राणेशाचार्यांचं हृदय पिळवटलं. एखाद्या वेळी शवसंस्काराचा प्रश्न सुटला तरी या सोन्याचा प्रश्न काही सहजासहजी सुटण्यासारखा नाही. घटके घटकेला आपली जबाबदारी वाढत आहे. नाराणप्पाचा प्रश्न वामनाच्या पावलाप्रमाणे वाढतच आहे...

तेवढ्यात दासाचार्यासकट बाकीचे गरीब ब्राह्मण तेथे हजर झाले.

रडणाऱ्या मुलाची पाठ आईनं थोपटावी तसं आपलं पोट थोपटत दासाचार्य म्हणाला,

''माझी तब्येत ठीक नाही हे आपण जाणताच. अन्न नाही तर आजार बळावणार. आपण मला एखादा मार्ग दाखवावा. नाही तर आपद्धर्म म्हणून काही आज्ञा द्यावी. अग्रहारात मढं ठेवून घेऊन जेवावं की कसं? आता भर उन्हाळा आहे. उद्याच्या आत त्या मढ्याला घाण सुटेल. माझं घर त्याच्या घराजवळच आहे. कुणालाही झालं तरी ते चांगलं नव्हे. अग्रहाराच्या हिताच्या दृष्टीनं का होईना, लक्ष्मणाचार्य

किंवा गरुडाचार्य यांपैकी एका कुणाच्या निर्णयाप्रत यायला पाहिजे.'' बोलणं थांबवून त्यानं इकडे तिकडे पाहिलं.

नारणप्पाला जशी स्त्री, तशी दासाचार्याला भूक. त्या भुकेपोटी त्यानं मोठेपणाची एक गोष्ट सांगून टाकली.

''तुम्ही 'हो' म्हणा आचार्य. आपलं वाक्य आम्हाला वेदवाक्य आहे. आम्हाला सोनं नको- काही नको. आपण आज्ञा करा. आम्ही चौघं ते मढं नेऊन शवसंस्कार करून येतो. त्या मारुतीला सोन्याचा एक मुकुट करून टाका, आमच्या नावे.''

प्राणेशाचार्यांची सात्त्विक बुद्धी जागी झाली. गरुडाचार्य आणि लक्ष्मणाचार्य हताश झाले. सर्वबुद्धी पणाला लावून या प्रसंगी आपण काय करावं याबद्दल गरुडाचार्य विचार करू लागला. आता मारुतीला सोनं जाऊ द्या म्हणून दासाचार्यांनी सांगितल्यानंतर त्या विरुद्ध बोलणं गैर. आता आपण काय सांगावं?

''बिचारे आचार्य धर्मशास्त्रात सांगितल्याप्रमाणे करू पाहत आहेत, हे न पाहवणारे असतातच की! आचार्यांनी घाई केली- काय समजलं? - आणि ते गुरूंना चुकीचे वाटलं- काय समजलं- तर आपली गत काय होईल? आचार्यांच्या नावलौकिकाला बट्टा लागणार नाही, याची आपण खबरदारी घेतली पाहिजे. काय समजलं? - पारिजातपुरातल्या लोकांसारखं आम्हालाही गुरूनं वाळीत टाकलं तर काय घ्या....' गरुडाचार्य हळुवारपणे, जणू काही दासाचार्यांचं बोलणं आपल्याला पटलं आहे असं दाखवीत, हसत बोलला. त्यातला डावपेच लक्ष्मणाचार्याला समजला नाही. तोही हसला.

''आता तुम्ही सगळे आपापल्या घरी जा. धर्मशास्त्राच्या तळाशी जाऊन, रात्रभर बसून मी या प्रश्नाचा सोक्षमोक्ष लावणार आहे.'' प्राणेशाचार्य एवढेच निक्षून म्हणाले. त्यांना फार थकवा आला होता. सूर्य मावळला; पण संध्यावंदन नाही. जेवणही नाही. हाताशी काम नसल्यामुळे प्राणेशाचार्यांनी उगीचच आतबाहेर केलं. अंगणात बसलेल्या चंद्रीला 'वर येऊन बैस' म्हणून सांगितलं. एखाद्या मुलाप्रमाणे बायकोला दोन्ही हातांवर उचलून परसात नेलं. तिचे हातपाय धुवून झाल्यावर पुन्हा आणून तिला अंथरुणावर झोपवलं. संध्याकाळचं औषध दिलं. पुन्हा माजघरात येऊन कंदिलाच्या उजेडात ते धर्मग्रंथ चाळू लागले.

केळूरच्या लोकांनी बसवलेला 'जांबुवती कल्याण' यक्षगानाचा प्रयोग पाहण्यासाठी श्रीपती आदल्या रात्रीच शिर्नाळीला गेला होता. त्यामुळे त्याला नारणप्पा आजारी असल्याचंही माहीत नव्हतं आणि मेल्याचाही पत्ता नव्हता. नाहीतर अग्रहारातला आपला एकुलता एक मित्र गेल्याचं त्याला मनस्वी दुःख झालं असतं. तसं त्याला घर सोडून बाहेर पडलेल्याला आठवडा उलटलेला होता. केळूरच्या यक्षगान करणाऱ्या भागवताशी दोस्ती जमवून तो त्यांच्याबरोबरच भटकतो आहे. जेवण, राहणं त्यांच्याबरोबरच. रात्री कार्यक्रम पाहतो. दिवसा झोप काढतो. फुरसतीच्या वेळी आजूबाजूच्या गावात जाऊन तिथल्या लोकांत केळूरच्या प्रयोगाबद्दल तारीफ करतो. त्यांना सुपारी देण्याबद्दल आग्रह करतो. या सर्व गडबडीत त्याला इतर जगाचा विसर पडला आहे. शिर्नाळीचा प्रयोग झाल्यानंतर मात्र तो घरी जाण्यासाठी निघाला आहे. वाटेत जंगल आणि काळोख. विजेरीच्या उजेडात एकटाच जोरजोरानं गाणं म्हणत चालला आहे. डोक्यावरचे मागे वळलेले केस मानेपर्यंत आले आहेत. त्याला तो कात्री लावायला तयार नाही. कारण? केळूरच्या भागवतांनी त्याला पुढल्या वर्षी यक्षगानात स्त्रीपार्ट्याचं काम देण्याचं कबूल केलं आहे! प्राणेशाचार्यांच्या हाताखाली तो संस्कृत शिकला आहे. त्यामुळे उच्चार स्पष्ट आणि शुद्ध आहेत, असं भागवतच म्हणाला होता. शिवाय पुराणातल्या बऱ्याच गोष्टी ऐकलेल्या असल्यामुळे यक्षगानातल्या पणाला लागणारा हजरजबाबीपणाही त्यांच्यात आहे. कंपनीत एखादं काम मिळालं तर यापुढे श्राद्धपक्षातल्या जेवणासाठी टुकत बसायला नको. तद्वा, खीर आणि फणसाच्या पदार्थासाठी टपून बसलेल्या ब्राह्मणांच्या कचाट्यातून आपण सुटू शकू, या विश्वासानं त्याला धीर वाटत आहे. शिवाय शीना पुजाऱ्याच्या खोपटात घेतलेली दारू हळूहळू डोक्यापर्यंत चढून त्याला थंडी वाजेनाशी झाली आहे. दोन बाटली दारू आणि कळ दाबताच लागणारी विजेरी अशी दोन शस्त्रं असल्यानंतर मग भूतपिशाच्चाची काय भीती?

दुर्वासपूर जवळ येऊ लागलं, तसं त्याला आपल्या येऊ घातलेल्या सुखाच्या आठवणीनं ऊब वाटली. मांड्या घट्ट आवळून बायको झोपली तर काय बिघडलं? रुपी आहेच की. ती इतरांच्या दृष्टीनं अस्पृश्य असली म्हणून काय? नारणप्पा सांगायचा- काळी असो, गोरी असो;

बाई ती बाई! तशी रूपा काळी नव्हेच. बसक्या खुरटलेल्या थानाच्या, सदान्कदा तोंडाला आमटीचा वास येत असलेल्या ब्राह्मणाच्या मुलीपेक्षा कितीतरी ती उजवी! रूपीत काय उणं? रसरशीत अंग, लुसलुशीत स्पर्श. या वेळी ती अंगणात एका मडक्यात पाणी तापवून, अंघोळ करून आंबट ताडी पिऊन उबदार झालेली असते. अगदी चढवलेल्या तबल्यासारखी- काळी नव्हे गोरी नव्हे. कोवळ्या उन्हात नांगरलेल्या शेतातली लालसर माती दिसावी तशी ती दिसते. श्रीपतीचा पाय अडखळला. मध्येच तो विजेरीनं चहूकडे उजेड पाहून विझवतो, पुन्हा पेटवतो. मग राक्षसवेष घेऊन आलेल्या पात्राप्रमाणे तो 'तक थै तक थै' नाचू लागतो. यक्षगानातल्यासारखं आपल्याला नाचता नाचता ऊठबस करता येते की नाही, हे पाहता पाहता त्याचा गुडघा दुखावतो. जंगल निर्जन. विजेरीच्या उजेडानं बावरून पक्षी पटापट पंख फडफडवतात. त्याला पुन्हा जोश येतो; मग एकेक करून नवरसभाव गर्दी करतात. राग, शृंगार, भक्ती, रौद्र, बीभत्स... सगळे रस त्याच्या चेहऱ्यावर सरकून जातात. आताच लक्ष्मी उठली आहे. यक्षगानाच्या पद्धतीनं नाचत गात ती शेषशायीला उठवते आहे-

'उठि गोविंदा उठि गोपाळा
आनंदकंदा पहाट झाली
उठी सरली राती...'

श्रीपतीच्या डोळ्यांत टच्कन पाणी तरंगलं. गरुड येऊन उठवतो. 'गोविंदा उठावे' नारद येऊन उठवतो. 'आनंदकंदा, उठा -' समस्त पशू-पक्षी,यक्ष-किन्नर-गंधर्व प्रार्थना करतात 'पहाट झाली, उठावे -'

नेसत्या धोतराला पातळासारखे वर धरून श्रीपती नाचू लागला. नृत्यातल्याप्रमाणे मान हलवली. आता कुठं त्याच्या लक्षात येतं की शीनाकडे घेतलेली दारू आपल्याला अर्धवट चढली आहे. नारणप्पाकडे जाऊन आणखी कार्यक्रम झाला तर बहार येईल.

यक्षगानातील सर्व स्त्रीपात्रं त्याला आठवली. पुराणात स्त्रीच्या मोहाला बळी न गेलेला ऋषीच नाही. विश्वामित्राचा तपोभंग करणारी मेनका कशी दिसत असावी? चंद्रीपेक्षा उजवी असावी; परंतु कुणाला फाटकं नेसून केरकचरा उचलायला येणारी रूपी दिसली नसेल काय?

का त्याना तिचं रूप दिसलं नाही? त्यात काय आश्चर्य म्हणा, ब्राह्मणधर्म ब्राह्मणधर्म म्हणून सदान्‌कदा त्याबद्दलच विचार करणाऱ्यांना या सगळ्या गोष्टी कशा दिसायच्या? प्राणेशाचार्य सांगायचे, 'वेदव्यासांना किती आनंद झाला असेल? रवी उदयाच्या वेळी त्यांनी उषेला पाहिलं आहे. ती कशी दिसते? तर नुकतीच आंघोळ करून शुभ्र झालेल्या पुष्पवतीच्या मांड्याप्रमाणे...' कित्ती सुंदर कल्पना आहे. पण या ब्राह्मणांनी त्याचा मंत्र केला! त्याचा धंदा केला. श्रीपतीला मग यक्षगानात राजाचा वेष घालणारा कुंदापूरचा नागप्पा आठवला. 'इथे भ्रमर किती? पारिजात, चाफा, केवडा, मोगरा इत्यादी फुलांनी ती बहरलेली वनश्री किती! आणि अशा सौंदर्यवाटिकेत एकुलती एक नतमुखी आणि काहीशी कष्टी दिसणारी तू आहेस तरी कोण?'

तो मग हसतच चालतो. अख्ख्या अग्रहारात सौंदर्याची दृष्टी फक्त दोघांना आहे असं त्याला वाटतं. पहिल्या नारणप्पा, दुसरी चंद्री- चंद्री म्हणजे अत्यंत लावण्यवती. शंभर मैलांच्या परिसरात तशी सुंदर स्त्री दुसरी दाखवा!

दुर्गाभट्टाला तशी थोडीशी रसिकता आहे. पण फार पुढे जात नाही तो! शेट्टी लोकांनी ठेवलेल्या बायांच्या अंगावरून चोरून हात फिरवतो एवढंच. तसं म्हटलं तर खरे रसिक म्हणजे प्राणेशाचार्यच! हजारांतला एक माणूस. रोज संध्याकाळी पुराण सांगताना एवढे तल्लीन होऊन वर्णन करतात की मी मी म्हणणाऱ्या भागवतांनी त्यांच्यापुढे लाजावं. किती हळुवार, नाजूक बोलणं, किती रुबाबदार व्यक्तिमत्त्व. शेंडी, गंध, अंगारा, अक्षत, जरीची शाल त्यांना एकट्यानाच शोभून दिसते. आठही मठांत वाद घालून, दक्षिणेतील महापंडितांना वादात हरवून त्यानी मिळवलेल्या पंधरा जरीच्या शाली आहेत म्हणे. पण ते स्वतःबद्दल कधी सांगायचे नाहीत. पण बायको? ती तर रोजचीच आजारी. धड जगत नाही; धड मरत नाही. कालिदासाचं स्त्रीवर्णन ते रंगवून सांगत असतात. त्यांना स्वतःला काही वाटत नसेल का? आपण बुवा शाकुंतल ऐकता ऐकता नदीवर गेलो आणि पोहत असलेल्या मादक सौंदर्यात अडकलो. आंघोळ करून ओलेतीनं ती भरलेले माठ डोईवर घेऊन चालली होती. नितळ चांदणं विखुरलं होतं. रुपी त्या दिवशी निदान आपल्याला शकुंतलेसारखीच दिसली. थेट आचार्यांच्या वर्णनाबरहुकूम!

मधल्या वाटेनं श्रीपती महारवाड्याच्या टेकडीकडे चालू लागला. अमावास्येसारख्या त्या काळरात्रीत त्याला लांबवर एक झोपडी जळताना दिसली. त्याच्या आसपास काही काळ्या सावल्या. लांब उभे राहून आग पाहणाऱ्या; परंतु आग न विझविणाऱ्या; श्रीपतीला आश्चर्य वाटलं. कसं काय घडतंय? मुद्दाम तो थोडासा थांबला. उन्हाळ्याचे दिवस. बांबूला चटया लावून बांधलेल्या झोपडीला राख व्हायला कितीसा वेळ लागणार? सावल्या आपापल्या खोपटात परतल्या. त्या जाळांच्या झळांनी किलबिल करीत सैरभैर उडालेले पक्षी आपल्या घरट्यात परतले. चोरपावलानं श्रीपती रूपीच्या झोपडीजवळ गेला आणि त्यानं लांबूनच टाळी वाजवली.

न्हाऊन कंबरेला एक पटकूर गुंडाळलेली, कमरेच्या वर काही वस्त्र नसलेली रूपी दोन्ही हातांनी आपले दाट मोकळे केस झटकत पाठीवर टाकत बाहेर आली. आवाज न करता लांबवर एका झाडाच्या आडोशाला गेली. श्रीपती हे सर्व डोळ्यांत प्राण आणून पाहत होता. तो मग तिथून निघाला. इकडे तिकडे पाहून कोणी नाही याची खात्री करून घेतली आणि ती थांबली होती तिथं जाऊन तिच्या सर्वांगावर विजेरीचे झोत टाकून त्यानं तिला प्रथम पाहून घेतलं, मन न आवरून तिला जोरात मिठीत ओढलं—

'अहो, आज नको.'

रूपी असं कधीच म्हणाली नव्हती. श्रीपतीला आश्चर्य वाटलं. त्यानं तिच्या बोलण्याकडे लक्ष न दिल्यासारखं केलं.

'पिळ्ळा आणि त्याची बायको- भुतानी पछाडलं की काय कोण जाण! आज दोघं मेली-' श्रीपतीला आता बोलणं नको होतं. त्यानं तिला गवतावर आडवं केलं.

"खोपटातच जाळलं दोघांना. ताप आला होता म्हणे-"

ती काहीतरी सांगू लागली. श्रीपतीला ते सहन होईना. तिचं मन कुठंतरी भरकटत आहे. आपण एवढ्या लांबून तिच्यासाठी आलो तर ती काहीबाहीच बरळते आहे. अशा वेळी ती पूर्वी बोलत नसे... पावसात पीक वाकावं तशी असायची-

रूपीनं पटकुर गुंडाळून घेतलं. "अहो तुम्हाला माहीत आहे का? आता बघा आमच्या खोपटात काय असतं म्हणून उंदीर यावेत सांगा.

आमच्या झोपड्या म्हणजे काय ब्राह्मणांची घरं? पण आता एवढे उंदीर येतात. पाहुण्यासारखे. वरून धपधप खाली पडतात. गरगर फिरून मरून पडतात. खोपटाला आग लागल्यानंतर पळून जावेत ना, तसे रानात, जंगलात पळतात. हे असं कधी मी बघितलं नव्हतं. बाई, एखाद्या देवऋष्याला विचारायला पाहिजे. महाराच्या झोपडीत उंदीर येतात काय... माणसं मरतात काय... कुणाला तरी विचारायला पाहिजे.''

श्रीपतीनं उठून कंगवा काढून केस विंचारले. विजेरी पेटवून त्या उजेडात घाईघाईनं तो गेलासुद्धा. रूपी फक्त अंगाखाली बरी. बोलायला नव्हे. तिनं तोंड उघडलं तर भूत-पिशाच्च याशिवाय दुसरा विषय नसतो. नुसता वैताग.

नारणप्पाला भेटण्याच्या घाईनं त्यानं धोतर वर खोचून घेतलं. टेकडीवरून तो झपाझप उतरला. त्यांच्याकडे पुन्हा दारू पिऊन मस्त झोप काढावी आणि सकाळी उठून पारिजातपुरातल्या नागराजकडे जावं असा त्यानं विचार केला.

श्रीपतीनं हळूच नारणप्पाच्या घराचा दरवाजा ढकलला. दार उघडलं. आतून कडी घातली नव्हती. अजून तो जागा असेल या कल्पनेनं तो सरळ आत गेला. विजेरी पेटवून 'नारणप्पा' 'नारणप्पा' म्हणून त्यानं हाक मारली. उत्तर नाही. एक प्रकारची चमत्कारिक घाण आल्यासारखी होऊन त्याला ओकारी आली. माडीवर पाहावं म्हणून तो जिना चढून वर निघाला. सवयीच्या पायऱ्या म्हणून त्यानं दिवा लावला नव्हता. मध्येच त्याच्या पायाला मऊ मऊ काहीतरी लागलं. त्यानं उडीच मारली. विजेरीच्या उजेडात पाहतो तर एक मेलेला उंदीर उताणा पडलेला. त्याच्या अंगावरल्या माश्या उजेडात उठल्या. मग तो धाडधाड पायऱ्या चढत माडीवर गेला. नारणप्पा जमिनीवर झोपला होता. तब्बेतीनं प्याला असेल असा विचार करत त्याचं पांघरूण तोंडावरून काढून त्यानं 'नारणप्पा, नारणप्पा म्हणून हळुवारपणे पण जोरात हाक मारली. त्याच्या खांद्याला धरून हलवलं. पण सगळं गार होतं. त्या मेलेल्या उंदरासारखं.

त्यानं विजेरीच्या उजेडात नीट पाहिलं तर नारणप्पाचे डोळे उघडेच होते. बुबुळं फिरली होती एवढंच काय ते. त्या उजेडात त्याला

प्रेताभोवती घोंघावणाऱ्या माश्या, पिसवा एवढ्याच जिवंत आहेत, असं वाटलं.

अग्रहारात वयानं मोठी म्हणजे लक्ष्मीदेवम्मा. साठी उलटून तिला दहा तरी वर्षं सरली असतील. काठी टेकत ती दाराशी आली आणि तिनं दार उघडलं. दाराचा 'ढर्र्रर्र' असा आवाज आला. मग तिनं 'हेय' म्हणून जोरात ढेकर दिली आणि ती रस्त्यात उतरली. जेव्हा तिला झोप यायची नाही किंवा डोक्यात विचारांचं काहूर माजायचं त्या त्या वेळी तिचा ठरलेला कार्यक्रम होता. रात्री अग्रहाराच्या रस्त्यात खालून वर, वरून खाली भटकणं. गरुडाचार्यांच्या दाराशी उभं राहून त्याच्या पितृकुलकोटीचा उद्धार करणं, त्यातल्या त्यात आवस आणि पौर्णिमेच्या आसपास हा कार्यक्रम जास्त व्हायचा. तिच्या दाराचा आवाज आणि तिच्या ढेकरा अग्रहारात प्रत्येकाला परिचयाच्या होत्या.. शिवाय पंचक्रोशीतल्या लोकांनाही तिच्याबद्दल कळून चुकलं होतं. ती बालविधवा म्हणून बरेच जण तिला अवलक्षणी म्हणायचे. ती सामोरी आली म्हणजे चार पावलं मागे जाऊन पुन्हा पुढे चालायचे! मग ती आपल्या हातातल्या काठीनं त्यांना मारायला उठायची. शिव्याशाप द्यायची. सगळेच तिचं बोलणं हसण्यावारी नेत असत. मुलं तिला 'ढेकरवाली' म्हणून चिडवतात; पण मोठे सगळे तिला 'अर्धवट' लक्ष्मीदेवम्मा असंच म्हणतात.

म्हटलं तर तिचंही एक पुराणच आहे. आठव्या वर्षी लग्न झालं. दहाव्या वर्षी विधवा झाली. पंधराव्या वर्षी सासू-सासऱ्यांनी राम म्हटलं. अग्रहारातले सगळे तिला पांढऱ्या पायाची म्हणू लागले... तिला विसावं सरायच्या आधीच आई-बापसुद्धा देवाघरी गेले. झालं! मग तिचा जमीनजुमला, पैसाअडका गरुडाचार्यांच्या बापानं वहिवाटीसाठी संरक्षणासाठी घेतला. तिला घरी नेऊन सांभाळलं. त्याचा कारभार सगळा असलाच. नारणप्पाच्या बापालाही व्यवहारज्ञान कमी म्हणून त्याच्या इस्टेटीचा व्यवहारही तोच बघत असे. पुढे पंचवीस वर्षं लक्ष्मीदेवम्माला काही त्रास नव्हता. काळजी नव्हती. तो मेला आणि कारभार गरुडाचार्यांच्या हातात आला आणि गरुडाचार्यांची बायको सीतादेवी तर मुलुखातली चिकट. ती काही लक्ष्मीदेवम्माला पोटभर जेऊ घालीना- त्या दोघींचं मग भांडण

जुंपलं. प्रकरण हातघाईवर आलं. नवरा-बायकोनं मिळून तिला घराबाहेर काढलं. तिला तिच्या नवऱ्याच्या पडक्या घरात राहायला लावलं. ती तिथंच एकटी राहू लागली. पण पोटापाण्याची काय व्यवस्था? तिनं प्राणेशाचार्यांकडे तक्रार नेली- आचार्यांनी गरुडाचार्याला बोलावून चार समजुतीच्या गोष्टी सांगितल्या. तेव्हापासून तो तिला पोटगी देऊ लागला. महिन्याला एक रुपया. तो कसा तिला पुरणार? ती मग चिडीनं त्याच्याबद्दल, त्याच्या बायको-मुलाबद्दल अद्वातद्वा बोलते. अगतिकपणे, जळजळीत शिव्याशाप देते. प्राणेशाचार्य अधूनमधून इतरांना सांगून तिला तांदूळ द्यायला लावतात. तरीसुद्धा लक्ष्मी देवम्माचा माणूसघाणेपणा दिवसेंदिवस वाढतच आहे.

लक्ष्मीदेवम्मा ढेकर देत गरुडाचार्याच्या घरासमोर येऊन उभी राहिली. हातवारे करून बडबडू लागली-

"मेल्या, तुझं वाटोळं होवो. तुझ्या डोळ्यांच्या खाचा होवो. गाव उठवणारा चांडाळ तू! नारणप्पाच्या बापावर करणी करून गबर झालास, मुडदाडा अब्रूची चाड असली तर बाहेर ये. रांडीचा माझा पैसाअडका गिळून बसलाय. तो काय पचणार होय रे तुला? मेल्यावरही भूत होऊन, तुझ्या बायको-मुलांच्या मानगुटीवर बसणार आहे मी! समजलं काय?" मध्ये श्वास घ्यायलाच काय ती क्षणभर थांबली. मग पुन्हा सुरू झालं-

"तुझ्या करणीनंच सोन्यासारखा नारणप्पा चांडाळ झाला. बाई ठेवली त्यानं- म्हणून आम्ही ब्राह्मण म्हणवून घेणारे सगळे त्याच्या मुडद्याला हात न लावता बसलो की रे! कुठं गेला तुमचा ब्राह्मण धर्म? चांडाळांनो, रौरव नरकात पडून तडफडाल. समजलं? अग्रहारात असा मुडदा संस्कार न करता रात्रभर ठेवून दिलेला मी पाहिला नाही. राम! राम! हा कली आहे कली. ब्राह्मणधर्म बुडाला. सुंता करा! मुसलमान व्हा! तुम्हाला कशाला ब्राह्मणधर्म पाहिजे?"

हातातली काठी जमिनीवर आपटून तिनं पुन्हा एकदा ढेकर दिला.

"बघा रे बघा! नारणप्पाचा मुडदा बघा." असं घरोघर काठी टेकत सांगत लक्ष्मीदेवम्मा अग्रहाराच्या या टोकापासून त्या टोकापर्यंत मग फिरू लागली.

'आयाई गं ऽ' असं ओरडत नारणप्पाच्या घराच्या ओट्यावरून दार बंद करून न घेताच, श्रीपती उडी मारून पसार झाला.

जीव मुठीत घेऊन पळालेला श्रीपती नदी पार करून थेट पारिजातपुरात नागराजाचं घर येईपर्यंत थांबलाच नाही.

कुणीतरी अग्रहाराच्या वाटेनं पळत गेला एवढंच दार बंद करून आत बसलेल्या लोकांना समजलं. पण तो श्रीपतीच होता हे फक्त चंद्रीनंच ताडलं. प्राणेशाचार्यांच्या घराच्या ओट्यावर पडल्या पडल्या तिला झोप येईना. जन्मात तिनं कधीच उपास काढला नव्हता. कधीच अशी एकटी ओट्यावर झोपली नव्हती. कुंदापूर सोडून ती नारणप्पाबरोबर आली तेव्हापासून त्यानं तिला तळहाताच्या फुलासारखं सांभाळलं होतं. शेजघरात मऊ मऊ गाद्या. सदा उदबत्तीचा घमघमाट.

आणि आता तिला प्राणेशाचार्यांच्या घराच्या ओट्यावर झोपावं लागलं होतं. तेही उपाशीपोटी. तिला झोप येईना. ती उठली. सरळ आपल्या मळ्यात गेली. पिकविण्यासाठी केळ्याचा घड ठेवलेला तिनं अंदाजानंच शोधून काढला. त्या अंधारात ती केळी खाऊ लागली. मग नदीवर जाऊन पाणी प्याली आणि परतली. आपल्या घरी राहायचं तिला धैर्य होईना.

जन्मल्यापासून तिनं असं मढं जवळून पाहिलं नव्हतं. नारणप्पाच्या शवाला संस्कार झाला असता तर ती पोटभर रडली असती. पण आता प्रीतीच्या ठिकाणी भीती निर्माण झाली. जर का नियमाप्रमाणे त्याच्या शवाला संस्कार झाला नाही तर तो पिशाच्च होऊन छळणार. दहा वर्षं त्याच्याशी गोडीनं राहून आता आपण स्वस्थ बसणं तिला रुचेना. नारणप्पानं ब्राह्मणधर्म वाऱ्यावर सोडून दिला हे खरंच. मुसलमानाच्या बरोबर जेवला. तसे आपणही जेवलो. आपल्याला हरकत नाही. आपण सांगूनसवरून गरतीबाई नव्हेच. आपल्याला कुठलेच नियम लागू नाहीत. नित्य सुमंगली. वाहत्या नदीला कुठला आला दोष? ओंजळ भरून पाणी प्या, त्याच्यावरच थुंका, घाण धुवा, काहीही करा. पुन्हा पाणी शुद्धच. देवाच्या अभिषेकालाही चालतं. कधी सुकणार नाही. घाण दिसणार नाही. आपल्यासारखंच. नाहीतर दोन बाळंतपणं झाली की ब्राह्मणाच्या या बायका पाहाव्यात.

बसके गाल, खोल गेलेले डोळे, लोंबकळणारे स्तन. आपण आजपर्यंत ताजेतवाने राहिलो म्हणूनच नारणप्पा आपल्याशी एकजीव होऊन जगला. कधी लहान मुलासारखा वागायचा. कधी मधाचं पोळ ओरबाडणाऱ्या अस्वलासारखा आपल्याकडून सुख ओरबडायचा. कधी रागानं पट्टींच्या वाघासारखा थयाथया नाचायचा. त्याला एकदाचा संस्कार होऊ द्या. पुन्हा आपण कुंदापुरला परत जाऊन पोटभर रडून घेऊ. पण हे ब्राह्मण कसले तयार होतात संस्कार करायला? नारणप्पानं ब्राह्मणधर्म सोडला, पण त्या धर्मानं त्याला सोडलं नाही. महा रागीट. हट्टी. काहीसा पिसाटसुद्धा. बहिष्कार घालतो म्हणताच मी मुसलमान होऊन तुमच्या डोक्यावर मिरे वाटतो म्हणून नाचलेला. त्याच्या अंतरंगात काय होतं कोण जाणे! इतरांबद्दल पुष्कळ बोलायचा, पण प्राणेशाचार्यांबद्दल चुकून अनुदार उद्‌गार त्याच्या तोंडातून आले नाहीत. त्या दिवशी काहीच्या वाहीच बरळला, पण घाबरला होताही तितकाच. आपल्यासारखीलाही त्याच्या मनाचा थांगपत्ता लागला नाही. ब्राह्मणांशी तो इतका का चमत्कारिकपणे वागायचा, म्हणून आपल्यालाच प्रश्न पडायचा. तो आल्या आल्या आपण त्याला परोपरीनं सांगितलं, माझ्या हातचं जेवू नका. मांसमच्छी खाऊ नका. आपण खायचं सोडू. खावसं वाटलं तर शेट्टीच्याकडे जाऊन खाऊन येऊ; पण अग्रहारात नको. ऐकलं तर मग तो कसला माणूस? हट्ट म्हणजे हट्ट. भ्रांत झालेली त्याची बायको याच्या स्वभावाशी कसं काय जमवून घेणार? माहेरी जाऊन शिव्याशाप देऊन तळवे घासूनच मेली. सुटली बिचारी. आता हा गोंधळ एकदा संपू द्या; म्हणजे आपण पण सुटू.

गंमत म्हणजे आपण आल्यापासून नारणप्पानं चुकूनसुद्धा कुठल्या देवाला हात जोडले नाहीत. देवाचं नाव तोंडी येऊ दिलं नाही. तोच ताप चढून बेशुद्ध होताच कसं बरळू लागला! 'आई गे, भगवंता! नारायणा रामचंद्रा' म्हणू लागला. 'रामारामा' म्हणून विव्हळू लागला. चांडाळाच्या तोंडी असे कसे शब्द आले? त्याच्या खोल मनात काय दडून होतं ते कोण सांगणार? आणि आता त्याचा शास्त्रोक्त विधी झाला नाही तर तो निश्चित भूत होणार आणि दहा वर्षं त्याचं मीठ खाऊन आपण...

सर्व काही प्राणेशाचार्यांवर अवलंबून आहे. किती सरळ माणूस! किती मायाळू! यक्षगानात द्रौपदीची हाक ऐकू येताच धावत येणाऱ्या श्रीकृष्णासारखा रूपवान. उंचापुरा, तेजस्वी. पण बिचाऱ्याला स्त्रीसुख म्हणजे काय चीज आहे याची कल्पना नाही. एकटाच झोपतो ओंडक्यासारखा. त्याची बायकोच भाग्यवती म्हणावी. अशा माणसाकडून सेवा करून घ्यायलासुद्धा पूर्व जन्माची पुण्याई लागते. प्राणेशाचार्यांचा तरी किती समजूतदारपणा! किती संयम! वेश्यांनी गर्भाधान करून घ्यावं तर अशा पुण्यपुरुषांकरवी! एरवी सगळे लंपटच. रूप, गुण, तेज कशातच उणे नाहीत आचार्य. पूर्वजन्मीची पुण्याई पाहिजे, असा माणूस मिळायला.

पोटभर केळी खाल्ल्यामुळे चंद्रीच्या डोळ्यांवर हळूहळू गुंगी येऊ लागली. पण झोप काही येईना. झोप आल्यासारखी वाटायची; पण पसार व्हायची. जणू आट्यापाट्याचा खेळच.

माजघरात प्राणेशाचार्य अजून जागेच होते. मधेमधे जोरात मंत्र वाचायचे. ग्रंथ शोधण्यासाठी मधेच उठून इकडेतिकडे फिरायचे आणि ते जागे असताना आपण झोपणं गैर, असंही चंद्रीला वाटलं. मग ती झोप टाळू लागली. हात उशाशी घेऊन, पोट पायाशी घेऊन अंगभर पदर घेऊन, ती तशीच कुढत पडून राहिली.

तालपत्रावर लिहिलेले, पोथ्या, सर्व काही धुंडाळून झालं; परंतु मनाला समाधान देणारं उत्तर काही आचार्यांना मिळेना. या सर्व ग्रंथांतून समाधानकारक काही मिळत नाही असं सांगायचीही चोरी. मठाचे बाकी पंडित म्हणायचे, यांचं ज्ञान एवढंच की काय? पण आपण काय उत्तर देणार? मध्वाचार्यरचित सुधा आचार्यांना मुखोद्गत. त्या ग्रंथावर त्यांचा अधिकारही दांडगा, असा नावलौकिक. आता या अरिष्ट प्रसंगी आपली अब्रू तर जाणार नाही ना! एकदा का अब्रू कवडीमोलाची ठरली, तर मग सारं काही संपलंच. विचार करता करता त्यांनाच लाज वाटली. प्रसंग तो काय आणि आपण आपल्या अहंकाराबद्दलच विचार करत आहोत. जळो मोठेपण! पुन्हा त्यांनी त्याच भक्तीनं पोथ्या सोडल्या. डोळे मिटून ध्यान केल्यासारखं केलं. एक पान उचलून श्रद्धेनं वाचलं. त्यात काही नाही. पुन्हा दुसरं पान- त्यातही काही नाही... स्वयंपाकघरात झोपलेली बायको तेवढ्यात कण्हली.

आचार्य उठून आत गेले. त्यांनी तिला उठवून आधार देऊन बसवलं. लिंबाचं सरबत करून तिला हळू हळू पाजलं.

'नारणप्पाऐवजी मीच का गेले नाही? मला मरण कधी येणार कोण जाणे! सवाष्णपणी गेलेलंच....' भागीरथी विव्हळली. आचार्यांनी तिला शांत केलं. पुन्हा माजघरात ते कंदिलाजवळ येऊन बसले. सनातन धर्मात अशा प्रसंगाला उत्तर नसेल तर मरूनही नारणप्पा जिंकला आणि आपण हरलो, असाच अर्थ काढायचा. मुळात प्रश्न असा आहे की तो जिवंत असताना आपण त्याच्यावर बहिष्कार का घालू दिला नाही? त्यानं धाक घातला होता की आपण मुसलमान होऊ म्हणून. त्या धमकीला भीक घातल्यानंच धर्मशास्त्र लुळं झालं. ब्राह्मण आपल्या तपःप्रभावानं समाजावर सत्ता गाजवीत होते तोपर्यंत सारं ठीक होतं; पण दिवस बिघडले आहेत. म्हणूनच असे संदिग्ध प्रसंग उत्पन्न होतात.

तसं पाहिलं तर त्याच्या मुसलमान होण्याच्या धमकीला भिऊन आपण का बहिष्कार घालू दिला नाही? छे. असं मुळी झालंच नाही. त्याच्या मागे कळवळा होता? प्रेम होतं? खरंच आपल्या अंतःकरणात किती अपार करुणा आहे! प्राणेशचार्यांनी पुन्हा आपल्या भरकटणाऱ्या मनाला आवरलं. स्वतःबद्दलची ही आत्मवंचना. आपली करुणा विशुद्ध नव्हती तर त्यामागे हट्टही होता. नारणप्पाचा अधर्म आचरणाचा हट्ट, तर आपला त्याला दादापुता करून, चुचकारून, आठवड्यातून दोन वेळा उपवास करून त्याला सुधारण्याचा हट्ट. यातून जिकलं कोण?

प्रेमानं, करुणेनं आपण जिंकू असा आपला विश्वास! या विश्वासात प्रेम किती आणि अहंकार किती? परंतु आपल्या स्वभावातच दुसऱ्याबद्दल कळवळा ओतप्रोत भरलेला आहे. शरीर जर्जर झाल्यानंतर 'काम' सोडून जातो; परंतु करुणा? आचार्यांना वाटलं कामापेक्षा करुणा किती तरी मोठी शक्ती. अशी करुणा आपल्यात नसती तर लग्नापासून अंथरूण धरलेल्या आपल्या बायकोची आपण अशी सेवा केली असती का? एखाद्या परस्त्रीच्या आहारी सहज गेलो नसतो का? या करुणेनंच माणुसकीचं, ब्राह्मणधर्माचं संरक्षण केलं आहे.

दयाबुद्धी, धर्म, माणुसकी, ब्राह्मणधर्म या सगळ्या रेशमी धाग्यांचा

एक गुंतवळा झाला आहे. अगदी निरगाठ. मुळात नारणप्पा असा कडवट का झाला याचा विचार कोणी केला नाही. पूर्वजन्माच्या पुण्याईनं माणूस ब्राह्मणधर्मात जन्म पावतो, असं शास्त्र सांगतं. असं असताना नारणप्पानं आपला धर्म असा वाऱ्यावर का सोडून दिला? शेवटी प्रत्येक जण आपल्या स्वभावावरच जातो, हे खरं का? प्राणेशाचार्यांना ऋग्वेदातली एक गोष्ट आठवली-

एक होता ब्राह्मण. त्याला द्युताचा नाद फार. त्याला काही त्याच्यातून बाहेर पडता येईना. एकदा एके ठिकाणी यज्ञ आयोजित केला होता. त्या यज्ञशाळेत हा जाऊ लागला. त्याला कुणी ब्राह्मण आत जाऊ देईना. 'इथं तुझं काय काम? हा काय द्यूत खेळण्याचा अड्डा आहे काय?' असं चिडवून सर्वांनी त्याला घालवून दिलं. तो बाहेर आला. त्यानं आकांत मांडला. देवदेवतांना आव्हान केलं. "देवांनो, तुम्ही सांगा. मी जुगारी का झालो? असला मोह माझ्या रक्तात कुठून शिरला? अष्टदिकपालकांनो तुम्ही सांगा. इंद्र, यम, वरुणादींनो तुम्ही तरी सांगा....!"

इकडे यज्ञशाळेत हविर्भाग हातांत घेऊन ब्राह्मण अग्नी, इंद्र, वैश्य, यम आदींना हविर्भाग स्वीकारण्यासाठी बोलावू लागले. पण देवदेवता सगळे त्या जुगाऱ्याच्या तिथं गेले होते. यामुळे आपल्या ब्राह्मणधर्माची चाड गुंडाळून ठेवून ब्राह्मणांना त्या अधर्माकडे जाणं भाग पडलं.

तसेच धर्माचा गाभा समजून घेणे महा कर्मकठीण. एक महापापी चांडाळ. जिवंत असताना त्याने वाटेल त्या गोष्टी केल्या आणि मरताना 'नारायण' म्हणून परमगती मिळवली.

'सात जन्म भक्त म्हणून माझ्याजवळ याल, की तीन जन्म शत्रू म्हणून माझ्याजवळ याल?' असं देवांनी जय-विजयांना विचारलं; तेव्हा त्यांनी जवळचा मार्ग स्वीकारला! पूजा-अर्चा करीत चंदनासारखं शरीर झिजत सात जन्म काढायचे? कुणी सांगितलंय! आपल्यासारख्यांनी सारखं झिजत राहावं. धर्माचं मर्म समजतच नाही. नारणप्पाचा अंतरात्मा कुठल्या साधनेत गुंतला होता कोण जाणे! शेवटपर्यंत हसून नाचून पटदिशी प्राण सोडला...

या परिस्थितीत आपद्धर्म तो काय हे समजण्याची शक्ती मला देवानं दिली तर- प्राणेशाचार्यांच्या मनात विजेसारखी एक कल्पना चमकली. त्यांना मोकळं मोकळं वाटलं. एकदम बरं वाटलं. पहाटे उठून

आंघोळ करून नदीपलीकडे जाऊन मारुतीला साकडं घालायचं 'मारुतीराया तुम्ही निर्णय द्या.'

मग ते चट्दिशी उठले. पोथ्या, तालपत्र, ग्रंथ बांधून नीट ठेवलं. येरझारा घालताना त्यांच्या लक्षात आलं की एक असहाय स्त्री मुटकुळी होऊन ओट्यावर झोपली आहे. अंथरायला नाही की पांघरायला नाही. त्यांनी मग आतून एक चटई आणली, उशी आणली. एक चादरही आणली आणि हलक्या आवाजात 'चंद्री' म्हणून हाक मारली. तिला तरी कुठं झोप लागली होती? ती पट्दिशी उठून बसली. पदर नीट सावरला. मग आचार्यांना वाटलं की अंधारात एका परस्त्रीजवळ असं उभं राहणंही चांगलं नव्हे. 'हे अंथरूण-पांघरूण घे.' एवढंच सांगून ते घरात आले. उंबरठ्याच्या आत उभे राहून त्यांनी आपला निर्धार चंद्रीला सांगितला आणि दिवा उचलून घेऊन ते माजघरात गेले. पुन्हा त्यांना काहीतरी आठवलं. चंद्रीनं अंगावरचे काढून दिलेले दागिने एका फडक्यात बांधलेले होते ते त्यांनी घेतले आणि पुन्हा चंद्रीला हाक मारली. चंद्री पुन्हा चट्दिशी उठली.

"हे बघ चंद्रे, तुझ्या मनाच्या मोठेपणामुळे शवसंस्काराचा प्रश्न कठीण बनला आहे. आपद्धर्माप्रमाणे वागणं हा ब्राह्मणांचा धर्म. हे सोनं तुझ्याजवळच राहू दे. तो गेला; पण आता तुझ्या पोटापाण्याची काहीतरी सोय पाहिजे ना?"

आचार्यांचं बोलणं चंद्री एकचित्तानं टक लावून ऐकत होती. तिच्या काळ्याभोर आणि आर्त डोळ्यांकडे पाहत, तिच्या हातात ती पुरचुंडी टाकून मग आचार्य तडक आत गेले.

दासाचार्याला भूक काही सहन होईना. 'नारायण नारायण' म्हणून देवाचं नाव घेत पोटावरून हात फिरवीत तो अंथरुणात लोळत राहिला. त्याच्या मुलालाही झोप नव्हती. त्यानं आईला उठवलं 'आई कसली घाण येते?' म्हणून विचारलं. दासाचार्याला भुकेशिवाय दुसरी भावनाच नव्हती. त्याला काही वास आला नाही. त्याची बायको मात्र 'अहो कसला कुबट वास येतो आहे !' म्हणत जाग्याच असलेल्या नवऱ्याला ढोसकलं. 'उन्हाळ्याचे दिवस. मुडदा कुजून अग्रहारभर घाण सुटलेली दिसते.'

तेवढ्यात लक्ष्मीदेवम्मा 'नारणप्पाचं प्रेत, नारणप्पाच प्रेत' म्हणून

ओरडत गेली. तिच्या आवाजानं दासाचार्याची बायको आणखी घाबरली. तिला वाटलं नारणप्पाचं प्रेतच रात्री भटकत, जागोजागी घाण वास पसरवत आहे. या कल्पनेनंच तिला दरदरून घाम फुटला.

झोपडीतील घाण वासामुळे रूपीलाही झोप लागली नाही. ती उठून बसली. दाट अंधार. काही म्हणजे काही दिसत नव्हतं. ती तशीच अंदाजानं बाहेर आली. महार-महारणीला ज्या झोपडीतच जाळलं होतं त्याच्या ठिणग्या इतस्ततः उडत होत्या. मध्येच वाऱ्यात चमकत होत्या. लांबवर काजव्यांचा एक थवा रूपीला दिसला. ती हळूच त्याच्याजवळ गेली आणि नेसलेलं सोडून गार वाऱ्याला मजेनं उभी राहिली. मग हळूच तिनं चिरगुट पसरून त्यात बरेच काजवे पकडून आपल्या खोपटात आणून झटकले. मिणी मिणी उजेड करीत ते तिथंच उडू लागले. एकदम पुष्कळ माणसं अंधारात विड्याचे झुरके घेत आहेत असंही तिला वाटलं आणि हसू फुटलं. क्षणभरच. पुन्हा तो वास तिच्या नाकात भिनला. मग ती जमिनीवर सारवल्यासारखी हातानं चाचपडू लागली. तिच्या आई-बापांना तिचे हात लागले. तेव्हा ते रागावले 'या वेडीला झोप लागत नाही काय?' म्हणून कातावले. "उंदीर गं घाण वास. शी!" ती पुन्हा चाचपू लागली. कोपऱ्यात मऊ, गार काहीतरी हाताला लागलं. काजव्याच्या उजेडात तिनं ते उचलून पाहिलं तर मेलेला उंदीर! आई गं! असं किंचाळत तिनं त्या उंदराचं शेपूट धरून तो लांब फेकून दिला. या रांडेच्यांना इथं तडफडायला काय झालं, कोण जाणे! म्हणत पुन्हा तिनं चिरगुट कमरेला खोचून घेतलं. आता वास कमी झाला होता. जमिनीवर तिची पाठ टेकली न टेकली तोच झोपेनं तिला घेरलंही.

रात्रभर अग्रहारातल्या ब्राह्मणांना झोप काही लागली नाही. आधीच पोटात कावळे ओरडत होते. शिवाय रात्री सुटलेला वास. एकेकाचे डोळे असे लाल झाले होते ! दासाचार्य, व्यंकटरमणाचार्य, श्रीनिवासाचार्य, गुंडाचार्य, हनुमंताचार्य, लक्ष्मणाचार्य, गरुडाचार्य, दुर्गाभट्ट सगळे सकाळी उठून तोंड धुऊन नारणप्पाच्या नावानं शिव्याशाप घालत चावडीवर आले. घरात घाण वास म्हणून मुलं अंगणात, परसात नाचू फिरू

लागली. बायकांना भीती वाटू लागली. नारणप्पाच्या प्रेतानं भूत होऊन या पोरांना पछाडलं तर काय घ्या! त्या मग रागारागानं पोरांना आत बोलवू लागल्या. न ऐकणाऱ्या मुलांच्या पाठीत धपाटे घालू लागल्या. त्यांना आत कोंडून दाराला कडीकोयंडा घालू लागल्या. खरं म्हणजे अग्रहारात कुणाच्या घराला दिवसाढवळ्या अशी आतून कडी नसायची. आज तर उंबऱ्यावर रांगोळी नव्हती. अंगणातही सडा नव्हता; आणि सकाळ होऊन गेली तरी अग्रहारात दिवस उगवल्यागत वाटत नव्हतं. जणू काही नारणप्पा आपल्या घरी नव्हे तर सगळ्यांच्याच घरी मरून पडला आहे, असंच वाटत होतं. चावडीत जमलेल्या ब्राह्मणांच्या सुतकी चेहऱ्याकडे पाहवत नव्हतं.

व्यंकटरमणाचार्यांची पोरं मात्र गुंड. आईचं न ऐकता ती सर्व परसात उभी राहिली. कोठी-खोलीतून मागे उड्या मारणाऱ्या उंदरांना मोजू लागली.

एक... दोन... तीन...चार... त्यांची आई केरसुणी घेऊनच आली. मुलं आपल्या करमणुकीत दंग. 'नहवू नहवू, दऽऽहा दऽऽहा' ती मग नाचू लागली.

"लाज कुठं ठेवलीत शिंच्यांनो? उंदीर काय मोजता? चला आत. नाहीतर एकेकाला बडवून काढीन. उंदीर का कधी बघितले नाहीत? कोठीत तुंबलेत नुसते. तांदूळ, डाळ सगळ्यात मेल्यांच्या लेंड्या.." ती मुलांवर खेकसू लागली. न ऐकणाऱ्या पोरांना आत ढकलू लागली. मुलं कशीबशी आत आली. आईनं दरवाजा बंद करून घेतला. काही काळ मुलांना विरस वाटला. पण आत पळापळी करणारे उंदीर त्यांना दिसू लागले आणि त्याच्या गोंधळाला पुन्हा ऊत आला. तेवढ्यात मध्येच एक उंदीर टणदिशी पडला. गरागरा फिरला आणि पालथा झाला. मुलांना त्याचीही गंमतच वाटली आणि ती टाळ्या वाजवून त्याला उठवू लागली. त्याला काठी टोचून टोचून तो जिवंत आहे का ते पाहू लागली.

चावडीत आलेले ब्राह्मण डोक्यावर हात घेऊन बसून बसून कंटाळले. वैतागले. नाक दाबून घेऊन ते प्राणेशाचार्यांच्या घरी निघाले.

"ती वेडसर लक्ष्मीदेवम्मा रात्री काहीतरी सांगत होती. त्यात तथ्य असेल का हो?" मध्येच थांबून मागे पाहून दुर्गाभट्टांनी विचारलं. हो किंवा नाही हे कुणालाच सांगण्याचं धैर्य झालं नाही. 'कोण जाणे!

एवढंच मोघमात म्हणत सारे चालू लागले. वाटेत त्यांना नारणप्पाचं घर लागलं. पुढचा दरवाजा तर सताड उघडा! कोणी हे दार उघडलं असेल? प्रत्येकाचं धाबं दणाणलं. त्याच्या घराजवळ जाण्याचा विचारसुद्धा कुणाच्या मनात आला नसता. मग हे दार कुणी उघडलं? नारणप्पाचं प्रेतच भुतासारखं रस्त्यावरून फिरू लागलं की काय? दुसरी कुठलीच शक्यता दिसली नाही. चंद्री घरी गेली नसणार आणि दुसरं कोणीही गेलं नाही. आता तो ब्रह्मराक्षस होऊन आपल्याला छळणार हे नक्कीच. दासाचार्याच्या डोळ्यांतून घळाघळा पाणी वाहू लागलं. तो म्हणाला

"सोन्याच्या आशेनंच बिघडलो की रे आपण सगळे? मी सांगितले नव्हतं आधीच, बाबांनो ब्राह्मणाचं शव आहे. त्याला विधीप्रमाणे संस्कार केला नाही तर त्याचं भूत होणार म्हणून? पण माझं बोलणं कोणी ऐकून घेईल तर शपथ. आणि अशा कडक उन्हाळ्यात प्रेत कुजून त्याची घाण सुटल्याशिवाय राहणार आहे का? आम्ही तरी आता किती दिवस उपवास काढणार सांगा पाहू?"

दुर्गाभट्टाला पण खरं तर भुकेनं व्याकुळ केलं होतं. पण तो म्हणाला- "तुम्ही कसले माध्व? कसले तुमचे ज्ञान! अशा प्रसंगी एखादा उपायसुद्धा सुचू नये तुम्हाला? कमाल आहे!"

गरुडाचार्य आता फारच मऊ झाला. तो म्हणाला, "माझी काही हरकत नाही बुवा...! प्राणेशाचार्य हो म्हणू देत, मी आत्ता संस्कार करायला तयार आहे हो, सोन्याचा प्रश्न सध्या बाजूला ठेवू. - काय समजलं? - आधी या प्रेताची विल्हेवाट लावू. मग सावकाश पाहू सोन्याचं काय करायचं ते - काय समजलं? आमचा ब्राह्मणधर्म प्राणेशाचार्यच वाचवू देत एकदाचा."

सगळे प्राणेशाचार्य बसले होते तिथं हजर झाले. अपंग बायकोला उचलून नेऊन, तिचे हातपाय धुऊन घेऊन, औषध पाजून ते नुकतेच बाहेर आले होते. आपण रात्री केलेल्या निर्धाराबद्दल त्यांनी सगळ्यांना सुनावलं. हे ऐकून गरुडाचार्यांचा गळा भरून आला. तो म्हणाला,

"आचार्य, सर्व काही आपल्याच हातात आहे. प्रेताचा उत्तरीय संस्कार केला म्हणून किंवा केला नाही म्हणून आमच्या डोक्यावर दोष यायला नको. आपण मारुतीला साकडं घाला. तोपर्यंत आम्ही इथंच थांबतो."

आचार्य निघताना म्हणाले- "मुलाबाळांना काही दोष नाही. त्यांना जेवूखाऊ घाल."

आचार्य आता मारुतीच्या पूजेला जाणार, म्हटल्यावर लोकांनी त्यांना मोगऱ्याची, चाफ्याची, पारिजातकाची फुलं गोळा करून दिली. आचार्यांनी मग तुळशीपत्र घेतलं. नदीत आंघोळ केली. ओल्यानंच जानवं बदलून घेऊन जंगलात दोन मैल ते चालत गेले. कुठं हूं की चूं नाही. देवळाच्या आवारातील विहिरीतून पाणी काढून घेऊन त्यांनी बदाबदा डोक्यावरून ओतून घेतलं. न जाणो कुठं आपल्याला काही तरी ओवळं लागलं असायचं. घागरभर पाणी सोवळ्यानं घेऊन ते गर्भगृहात गेले. पुरुषभर उंचीच्या मूर्तीवरील निर्माल्य त्यांनी काढून टाकलं. सोवळ्या पाण्यानं मारुतीरायाला आंघोळ घातली. मंत्र म्हणत दहा-पंधरा मिनिटं गंध उगाळून ते त्यांनी मारुतीच्या अंगाला लावलं. मग त्याच्या अंगभर फुलं, तुळशीपत्र लावून त्याला सजवलं. डोळे मिटून ध्यान केलं. आपल्या मनातलं सगळं त्याला सांगितलं. - 'होय म्हणायचं असेल तर उजवी दे. नको असेल तर डावी दे. मला काय समजतं यात? आपद्धर्म काय तो तूच सांग बाबा.' भरल्या डोळ्यांनी त्यांनी साकडं सांगितलं. निरांजनाच्या उजेडात ते मूर्तीकडे पाहत बसले. सकाळचे दहाच वाजले होते तरी प्राणेशाचार्यांना त्या देवळात उकडू लागलं. तिथून उठून ते पुन्हा विहिरीवर गेले आणि घागरभर पाणी डोक्यावर ओतून घेऊन पुन्हा ओल्यानं देवाजवळ येऊन बसले.

"तुझी आज्ञा होईपर्यंत मी उठणार नाही" ते मोठ्याने म्हणाले.

प्राणेशाचार्य घरून निघाले तशी चंद्री घाबरली. बाकी सगळे ब्राह्मण आपल्याला पाण्यात पाहतात आणि त्याला कारणही तसंच आहे एवढं ती समजली होती. त्यांचे रागीट चेहरे तिला पाहवले नाहीत. ती पुन्हा मळ्यात गेली आणि केळी पदरात बांधून घेऊन नदीवर आली. पाणी पाहिल्यानंतर तिला मोह आवरला नाही. केळी काठावर ठेऊन ती पाण्यात मनस्वी डुंबली- मग ओलेत्यानंच काळेभोर केस पाठीवर टाकून मारुतीच्या देवळाजवळील एका झाडाला टेकून बसून राहिली.

प्राणेशाचार्यांनी देवळात वाजविलेली घंटा तिच्या कानावर पडली. त्या संथ पवित्र वाटणाऱ्या आवाजात तिला आदल्या रात्रीचे काही

अनुभव पुन्हा मूर्तिमंत डोळ्यापुढे उभे राहिले. आपल्या आईची आठवण आपण करीत असताना आचार्यांनी 'चंद्री' अशी हाक का मारावी? आपली तिशी उलटली. नारणप्पापाशी दहा वर्षे राहिलो; परंतु कूस काही उजवली नाही. तिला मनस्वी रडू आलं. मुलगा असता तर त्याला गाणं शिकविलं असतं. मुलगी असती तर भरतनाट्यम् शिकविलं असतं; परंतु हे सगळं जर... तर...! आपलं नशीबच खोटं! कोण काय करणार! ती मग अभावितपणे आभाळाकडे पाहू लागली झाडात कुजबुजणाऱ्या पक्ष्यांना न्याहाळू लागली.

आपण जेवलो नाही तर आता नक्कीच मरणार, असं दासाचार्याला वाटू लागलं. आणि आगीत तेल ओतल्यासारखा घरात दरवळणारा कांजीची वास! तोंडाला सुटलेलं पाणी थुंकलं किंवा गिळलं तरी बरं वाटेना. तो मग उठला आणि कुणाला सुगावा न लागू देता भर उन्हात तुंगा नदीवर गेला. तिथं आंघोळ आटोपून तो पारिजातपूरच्या वाटेला लागला. सावकार मंजय्याच्या अंगणात न कळत येऊन सावलीला उभा राहिला. आता त्यांना तहान लागली म्हणून कसं सांगायचं? जन्मल्यापासून आपण कधी कुणा आडपंक्तीच्या ब्राह्मणाकडे पाणी प्यायलो नाही. शिवाय आपण ब्राह्मण. वैदिकीवरचं पोट. अशा ठिकाणी काही खाल्लं-प्यालं हे समजलं तर बाकीचे ब्राह्मण आपल्याला घरी बोलावतील काय? डोक्यात विचारांचं चक्र फिरत राहिलं. पण पायांनी मात्र त्याला उप्पीट-पोहे खात बसलेल्या मंजय्यासमोर आणून उभं केलं.

"यावं, यावं, आचार्य. इकडे कसं काय येणं झालं बरं?" प्राणेशाचार्यांनी त्या बाबतीत काही निर्णय वगैरे केला की नाही? त्या बिचाऱ्याचं प्रेत हलवल्याशिवाय तुम्हा कुणाला जेवण-खाण काहीच नाही ना? अरेरे! बसा-बसा, विश्रांती घ्या. अगंऽ आचार्यांसाठी पाट मांड पाहू." मंजय्यानी मोठ्या आदरानं सांगितलं; परंतु दासाचार्यांचं लक्ष त्यांच्या बोलण्याकडे नव्हतं. त्यांच्या पुढ्यातल्या उप्पिटाकडेच होतं. मंजय्यांना वाईट वाटलं.

"आचार्य, डोकं उन्हानं सुन्न झालंय का? जरा पन्हं करायला सांगू का?"

दासाचार्य बोललाच नाही. हूं की चूं न करता तो मुटकुळा होऊन

पाटावर बसला. यांच्याकडे पाणी प्यावं किंवा कसं याचा विचार करू लागला. मग हळूहळू आडरीतीनं म्हणाला-

"काल आमचे लोक जे काही इथं बोलले ते मला काही पसंत पडलं नाही, मंजय्या."

"छे, छे, आपण असं म्हणू नये," मंजय्याच्या आवाजात औपचारिकपणाच जास्त होता.

"आता आपणच सांगा, या कलियुगात खरेखुरे ब्राह्मण किती राहिले आहेत?"

"कबूल! आचार्य, एकदम कबूल! दिवस किती बदलले आहेत नाही?"

"मी तेच म्हणतो. नेम-निष्ठा यात तुम्ही कसे-डावे-उजवे करता ते मला समजत नाही. आता हेच बघा ना, दिडकी न घेता आम्ही संस्कार करतो म्हटलं तर आमच्या अग्रहारात गरुड-लक्ष्मण हे कावळ्यासारखे भांडले. कशासाठी तर ते चंद्रीच्या सोन्यासाठी..."

"अरेरे... असं झालं म्हणता?" मंजय्याला कुणाचीच बाजू घ्यायची नव्हती.

"तुम्हाला एक गुपित सांगतो मंजय्या. गरुडाचार्यानं करणी करून नारणप्पाला बिघडवलं आणि त्याचं फळ म्हणजे त्याचा स्वतःचा मुलगा मिलिटरीत गेला! त्या बिचाऱ्या लक्ष्मीदेवम्माचं सोनंनाणं गिळंकृत करून बसला..."

मंजय्याला बरं वाटलं, पण त्यानं तसं दाखविलं नाही.

"आता विषय निघाला म्हणून सांगतो. खरे ब्राह्मण कोण असा विषय निघाला यावरून आठवलं. नाहीतर मला काही गरुडाबद्दल द्वेष वाटत नाही. वर्षातून एकदा गुरूच्या हस्ते पंचमुद्रा घेतल्या म्हणजेच शुद्धत्व काय? यांची सगळी पापं लगेच जळून जातात की काय? आता आपण स्वतः ते करायला तयार नाही आणि तुम्हाला मात्र करायला सांगतात. मला काही ते पटलं नाही. तुम्ही काही म्हणा मंजय्या, खरेखुरे ब्राह्मण एकटेच आमच्या अग्रहारात- ते म्हणजे प्राणेशाचार्य! काय त्यांच्या तोंडावरचं तेज! काय ती तपश्चर्या! वा, वा, वा..."

"खरं आहे, खरं आहे" मंजय्यानी मान हालवली. "आचार्य, आपली आघोळं झाली आहे ना?"

दासाचार्यांचा चेहरा एकदम फुलला.

''हो केव्हाच! आंघोळ करूनच मी इकडे आलो.''

''मग आचार्य थोडेसे काही तरी घ्या.''

''माझी काही हरकत नाही; पण आमच्या अग्रहारातल्या उपद्व्यापी लोकांना हे समजलं तर ते माझा जीव खातील.'' दासाचार्य हळुवारपणे म्हणाला.

आता हा दुसऱ्या अग्रहाराचा ब्राह्मण. आपल्याकडे आला याबद्दल मंजय्याना आनंद झालेला होता. तो लपवीत ते म्हणाले- ''आता तुम्ही इथं आला होता हे आम्ही कशाला सांगायला जाऊ? उठा, उठा आचार्य हात-पाय धुवून घ्या. अगंऽ जरा उप्पीट आण...''

उप्पिटाच्या- शब्दाच्या उच्चारानंच दासाचार्याच्या पोटात आतडं लडबडलं. तरीसुद्धा त्या घरात शिजविलेलं काही खाण्याचं धैर्य त्याला होईना.

''नको नको माझ्या शरीरप्रकृतीला उप्पीट मानवत नाही. थोडे पोहे, गूळ, दूध द्या म्हणजे झालं.''

मंजय्याला ते उमजलं. हसून ते उठले आणि त्यांनी दासाचार्याला पाय धुवायला पाणी आणून दिलं. मग स्वयंपाकघरात त्याला बसवून आग्रह करून दूध-गूळ, पोहे, केळी आणि मध खायला लावलं.

पोटात थोडंसं गेल्यानंतर दासाचार्याला जरा बरं वाटू लागलं. शेवटी आग्रह करून 'एका चमच्यानं काय होणार आहे?' असं सांगून थोडंसं उप्पीटही त्यानं खाल्लं. मग त्यांच्या बायकोनंही आग्रह करून उप्पीट वाढल्यानंतर 'परमात्मा' म्हणत पोटावरून हात फिरवत दासाचार्य खाऊ लागला. वाढताना 'पुरे पुरे' म्हणून त्यांनी पानावर एकदा हात आडवा धरल्यासारखा केला, एवढंच काय ते.

त्या दिवशी रूपीच्या ऐवजी सोनी झाडायला आली. ''रूपीचे आई, बाबा दोघेही झोपले आहेत आजारानं'' असं तिनं अग्रहारातल्या बायकांना सांगितलं. त्यांना आपलंच घरचं पुष्कळ झालं होतं. सोनीचं कोण ऐकून घेणार? तरी, केर गोळा करीत सोनी दिसेल तिला आपली कहाणी सांगतच राहिली. 'चौडा मेला. त्याची बायको मेली. दोघांनाही झोपडीत घालूनच जाळून टाकलं. कुठलं भूत कोपलंय् कोण जाणे!' सीतादेवीचं

तिच्या बोलण्याकडे लक्ष नव्हतं. कमरेवर हात ठेवून ती आपल्या मुलांबद्दलच विचार करीत होती. मिलिटरीतल्या त्या मुलाला काही कमीजास्त तर होणार नाही ना? सोनीचं सांगणं संपल्यावर लांबूनच तिनं सीतादेवीला सांगितलं, "बाई जरा सुपारी द्या." सुपारी म्हणजे सुपारीच नव्हे; त्यात सगळं यायचं. सीतादेवी आतून पान, सुपारी, तंबाकू घेऊन आली. पुन्हा आपल्या विचारातच तिनं सोनीला ते सर्व दिलं. सोनीनं ते ओच्या पदरात ठेवून घेऊन विचारलं,

"बाई उंदीर बाहेर पडायला काय सुमार आहे की काय? एखाद्या लग्नातल्या वऱ्हाडासारखे फिरतात. त्याचं काय काम असतं, कोण जाणे!" टोपलीत गोळा केलेलं शेण घेऊन ती उत्तरासाठी न थांबता चालू लागली.

आपल्या झोपडीत परतल्यानंतर सोनीला वाटलं की रूपीला पण थोडीशी तंबाकू द्यावी. ती मग तिच्या खोपटाकडे निघालीच. रूपीचे आई-वडील किंचाळत असलेले तिला लांबूनच ऐकू आले. 'अयाई गंऽऽ किती किंचाळतो हा रुपीचा बाप. भुतानं तर याला पछाडलं नाही?' असं स्वतःशी म्हणत ती त्याच्या खोपटाजवळ आली आणि रूपीला तिनं हाक मारली. रूपी आई-वडिलांच्या अंथरुणाजवळच बसून राहिली होती.

'अग्रहारातही उंदरांनी उच्छाद मांडलाय,' असं तिला सांगायचं होतं. पण ते रुपीचे आजारी आई-बाप पाहून तिचे शब्द फिरले. 'बाईनी पान-तंबाकू दिलंय. घे.' एवढंच सांगून तिनं तंबाकूचं पान तोडून त्याचा चुरा केला व थोडीशी पूड तिच्या हातात दिली. तंबाकू तोंडात टाकत रूपी म्हणाली,

'पिळ्ळाच्या अंगात आज आलं तर विचारायला पाहिजे, हे काय चाललंय म्हणून. मला तरी भीतीच वाटते बाई. उंदीर महारवाड्यात येतात म्हणजे काय? चौडा व त्याची बायको एका वेळी मरतात म्हणजे काय? माझ्या आई-वडिलांना असं भूत पछाडतं म्हणजे काय? विचारायला पाहिजे."

"काहीतरी तुझं बोलणं." सोनीनं तिच्या समाधानाकरिता म्हटलं.

भर दुपारचे दोन वाजलेले. उन्हाच्या झळा वाहत होत्या. जणू

पशुपतिनाथ तिसरा डोळा उघडून मदनालाच जाळत होता. अग्रहारातले ब्राह्मण अर्धमेल्या स्थितीत प्राणेशाचार्य केव्हा येतील म्हणून त्या रणरणत्या उन्हात रस्त्याकडे डोळे लावून बसलेले होते. त्यांच्या डोळ्यांपुढे चित्रविचित्र आकृत्या फिरल्यासारखा भास होत होता. क्षणात काजवे चमकल्यासारखे वाटत होते; परंतु मारुतिरायाची आज्ञा घेऊन येण्यासाठी गेलेले प्राणेशाचार्य मात्र परतल्याचं चिन्ह दिसेना. भूक आणि भीती पोटात थयाथया नाचू लागल्या. काही वेळाने कळवळा तेवढाच शिल्लक राहिला आणि तो सगळा प्राणेशाचार्यांच्या व्यक्तिमत्त्वाभोवती दिवाभितासारखा निपचित पडून राहिला.

सगळ्यांचाच एक खोटा विश्वास. पुन्हा दुसऱ्या रात्री काही नारणप्पाचं प्रेत ठेवून घ्यावं लागणार नाही. कोठी-खोलीत तांदळाच्या पोत्यात मरून पडलेल्या उंदराला, पदराने नाक दाबून, शेपटीनं उचलून बाहेर टाकायला आलेल्या सरस्वतीनं इकडे तिकडे पाहिलं. लांबून एक गिधाड हवेत सूर मारून आपल्याच घराच्या छपरावर येऊन बसलेलं पाहून तिच्या छातीत धस्स झालं. 'अहो अहो' तिनं नवऱ्याला हाक मारली. गिधाड घराच्या छपरावर बसणं म्हणजे मृत्यूचं सूचक. असं कधी झालं नव्हतं. गरुडाचार्य बाहेर धावतच आला आणि छपरावर बसलेलं गिधाड पाहून हबकलाच. सीतादेवीनं हंबरडाच फोडला. गरुडाचार्याला वाटलं, आपण आदल्या दिवशी सोनं मारुतीला द्यायची दासाचार्यांची सूचना अव्हेरली म्हणून देव कोपला. त्यानं बायकोला हात धरून चालवत देवघरापर्यंत आणलं. दोघांनी मग संपुष्टातल्या देवांना साष्टांग नमस्कार केला. 'माझं चुकलं देवा, तुझं सोनं तुलाच राहू दे.' त्याने मनोमन प्रार्थना केली. पुन्हा एकटा बाहेर येऊन गिधाड उडवण्यासाठी हाशहुश करू लागला.

सीतादेवीनं बाहेर फेकलेला उंदीर उचलून आणून, यथेच्छ खात बसलेल्या गिधाडावर गरुडाचार्याच्या हाकलण्याचा काहीच परिणाम झाला नाही. एखाद्या निर्लज्ज पाहुण्यासारखे ते ठाण मांडून तिथंच बसले. काही वेळ गेला! आणि मग त्या तळपत्या उन्हात गरुडाचार्याला एकदम आकाश काळवंडल्यासारखं वाटू लागलं. मान फिरवून त्यानं पाहिलं तर आकाशात चहूकडे नुसती गिधाडं. घिरट्या घालणारी. डोळे चक्रावणारी.

"अगंऽऽ इकडे बघ ये" त्यानं बायकोला हाक मारली. सीतादेवी धावत आली. डोळ्यांवर हात धरून तिनंही चहूकडे पाहिलं आणि एक लांब उसासा सोडला. पाहता पाहता ते घरावर बसलेलं गिधाड उडून सूर मारून खाली आलं, अगदी त्यांच्या पायाशी आणि कोठीतून परसात पळत असलेल्या एका उंदराला उचलून पुन्हा छपरावर जाऊन बसलं. क्षणभर ते दोघंही थरथर कापले आणि लगोलग मटकन् खाली बसले. आकाशात घिरट्या घालणारं दुसरं एक गिधाड गरागरा फिरत येऊन पुन्हा त्यांच्या छपरावर बसलं. मग हळूहळू अग्रहारातल्या प्रत्येक घरावर दोन दोन गिधाडं, जणू आधी ठरविल्यासारखी येऊन बसली. मध्येच उडायची, फिरायची, जागा बदलायची. मध्येच पट्‌दिशी खाली जमिनीपर्यंत येऊन पळणाऱ्या एखाद्या उंदराला अलगद उचलून पुन्हा छपरावर बसून चोच मारीत बसायची.

गिधाड म्हणजे स्मशानातला पक्षी. तो अग्रहारात यायचा म्हणजे प्रलयकालच, असं म्हाताऱ्या-कोताऱ्यांना वाटलं. सगळेच, कुणी अंगणात - कुणी परसात उभे राहून त्यांच्या लीला भयभीत होऊन पाहू लागले. सर्वांच्याच घरावर गिधाडं बसलेली पाहून सीतादेवीला त्यातल्या त्यात बरं वाटलं. आपल्या एकट्याच्याच वाट्याला हे संकट काही आलं नाही, असं तिनं स्वतःशी समाधान मानून घेतलं.

अग्रहारांवर स्मशानातल्याप्रमाणे गिधाडं घिरट्या घालू लागल्यानंतर तिथल्या बायका-मुलांनासुद्धा काहीतरी अरिष्ट कोसळणार असं वाटू लागलं. दुर्गाभट्ट घराच्या अंगणात उभा राहून 'हे हे' म्हणून किंचाळत उभा राहिला; परंतु त्याचा काही उपयोग झाला नाही. मग बरेचसे ब्राह्मण एककंठानं किंचाळले. त्याचाही उपयोग झाला नाही. नुकतंच उप्पीट खाऊन आलेल्या दासाचार्याच्या डोक्यात एक कल्पना आली.

"अरे पोरांनो, झांजा आणा लवकर," त्यानं पोरांना पिटाळलं. पोरांना काय असंच काही तरी हवं असतं. घराघरातून झांजा बाहेर आल्या. पोरांनी शंख पण आणले. झांजा वाजवून जोरजोरानं शंख फुंकून पोरांनी गदारोळ माजवला. पाच-सहा मैलांच्या परिसरातल्या लोकांना ही कसली दुपारची आरती असंही वाटलं; परंतु या मंगल कोलाहलानं गिधाडं बावचळली. इकडे तिकडे पाहून मिळालेले उंदीर मटकावून उडाली. उंच उंच गेली. मग दिसेनाशी झाली. 'नारायण

नारायण' करीत धास्तावलेले ब्राह्मण चावडीवर आले आणि त्यांनी उत्तरीयाने घाम पुसून घेतला. दुर्गंध सहन न झाल्यानं काहींनी नाकाला उत्तरीय लावले.

सीतादेवी आणि अनसूया आपापल्या नवऱ्याजवळ हळूच गेल्या. त्याच्या कानाशी लागल्या. "आता सोनं जाऊ द्या खड्डयात. दुसऱ्याचं फुकटचं घेऊन आपल्याला काय करायचं आहे? त्या नारणप्पाच्या प्रेताला एकदाचा अग्नी देऊन टाका. त्या प्रेतामुळेच गिधाडे येऊ लागली आहेत..." त्या मग हुंदके आवरत परतल्या.

वारा थांबला होता. त्यामुळे घाण वास जिथं तिथं साकळलेल्या पाण्यासारखा तुंबून राहिला. कुणाचं लक्ष मग भुकेकडे गेले नाही किंवा भूतप्रेताच्या भीतीचंही भान त्यांना उरलं नाही.

अंघोळ नाही. संध्या नाही. ब्राह्मणांना जन्म-जन्मांतराच्या अशौचाप्रमाणे अस्वच्छ वाटू लागलं. ते हवालदिल झाले.

उन्हं जशी वाढली तसं झाडाखाली सावलीला बसलेल्या चंद्रीला उकडायला लागलं. भूक तर लागलीच होती. ओचेपदरात केळी होतीच; परंतु प्राणेशाचार्य भुकेची पर्वा न करता पूजेला बसले असताना, आपण खाणं काही बरे नव्हे, असं तिला वाटून, तिनं केळ्यांसाठी ओच्यात घातलेला हात काढून घेतला. लांबून शंख फुंकण्याचा, झांज वाजवण्याचा आवाज ऐकून तिला चमत्कारिक वाटलं. तिनं इकडे तिकडे पाहिलं. काहीही हालचाल नव्हती. वारा सुस्त पडून होता आणि झाडाची पानं पण हालत नव्हती. नाही म्हणायला निळ्या आकाशात गिधाडे तरंगत होती. तेवढ्यात प्राणेशाचार्य देवळाबाहेर आले आणि विहिरीतून एक घागर पाणी काढून पुन्हा त्यांनी अंगावर ओतून घेतली. 'आपल्यामुळे किती त्रास, या बिचाऱ्या प्राणेशाचार्यांना.' चंद्रीचा जीव कळवळला. दरम्यान तिचा हात पदराखाली जाऊन केळ घेऊनच बाहेर आला आणि न कळत केळ सोलून ती खाऊसुद्धा लागली.

पुनःपुन्हा गिधाडे घरांवर येऊन बसू लागली. ब्राह्मणांनी पुन्हा बाहेर येऊन झांज वाजवून, शंख फुंकून गोंधळ माजवला. ती पुन्हा उडाली. पुन्हा आली. हा खेळ संध्याकाळपर्यंत तसाच चालू राहिला. यात ब्राह्मणच काय ते दमले. मावळतीच्या सावल्या वाढून वाढून दिसेनाशा

झाल्या तरी प्राणेशाचार्यांचा पत्ता नव्हता. आता आणखी एक रात्र काढायला हवी, या विवंचनेनं ब्राह्मण घेरले गेले. अंधार पडला तशी गिधाडं उडून दिसेनाशी झाली.

मारुतीच्या डाव्या-उजव्यासाठी बसून बसून प्राणेशाचार्य कंटाळले. 'संस्काराशिवाय प्रेत कुजत आहे. मारुतिराया आता किती अंत पाहशील?' त्यांनी देवाची विनवणी केली. 'तुला हा उद्योग पसंत नसेल तर डावं दे; परंतु काहीतरी सांग रे!' त्यांनी मनधरणी केली. देवाचा पिच्छा पुरवला. मारुतीराया बलभीमा, 'भीमरूपी महारुद्रा...' त्यांनी स्तोत्रं आळवली. मुलासारखा हट्ट धरला. बायकोप्रमाणे, आईप्रमाणे गोंजारून पाहिलं. पण मारुती काही बधेना! मग देवाला त्यांनी क्रूर म्हणून चिडवलं. त्याची निर्भर्त्सना केली. पुन्हा त्याची कीर्तनं जसजशी आठवली तसतशी त्यांनी म्हटली, एकामागून एक. पुरुषभर उंचीचा मारुती, तळहातावर संजीवनी मुळी असलेला पर्वत धरून तसाच उभा होता. मूकस्तंभासारखा. डावे नाही आणि उजवेही नाही. प्राणेशाचार्य त्यांच्या पायाशी गडाबडा लोळले, रडले. संध्याकाळ सरून रात्र चोरपावलांनी येऊ लागली तरी मारुतीला काही कणव आली नाही. आचार्यांनी मग निरांजनाचा दुसरा दिवा लावला. फुलांनी सजवलेल्या रामदूताकडे डोळे भरून पाहिले. तरी त्याचा डोळा उग्रच राहिला. त्यात कुठं त्यांना ओलावा दिसला नाही.

'धर्मशास्त्रात्त मला कुठं उत्तर मिळालं नाही आणि तू पण काही सांगत नाहीस, का? किंवा तुला साकडं घालायची माझी योग्यताच नाही काय?' त्यांना स्वतःबद्दल अविश्वास वाटू लागला. 'आता मी कोणत्या तोंडानं अग्रहारात जाऊ? तिथं माझ्यासाठी वाट पाहत बसलेल्यांना काय सांगू?' त्यानी पुन्हा आळवलं. 'अरे तू माझीच परीक्षा करतो आहेस की रे?' असं सलगीनंही त्याच्याशी ते बोलले. परंतु मारुतीच्या चेहऱ्यावर त्यांना काही बदल वाटला नाही किंवा डाव्या-उजव्या खांद्यावरची फुलं हलली नाहीत.

'बाबा माझी परीक्षा, माझी योग्यता राहू दे बाजूला. नारणप्पाचं प्रेत कुजून तिथं घाण सुटली आहे; त्याची तरी दखल घे' आचार्यांनी पुनःपुन्हा विनवलं; परंतु डाव्या हातात उचलून धरलेल्या पर्वताकडेच

मारुतिराय जो बघत राहिला होता, तो तसाच राहिला. त्याचा चांदीचा डोळा कोरडाच राहिला.

मग आचार्यांना घरच्या गोष्टी आठवू लागल्या. आपल्या बायकोला संध्याकाळचं औषध द्यायचं आहे, हेही त्यांना आठवलं.

निराशेनं ते उभे राहिले. बसून बसून पायाला मुंग्या आल्या होत्या. त्यांनी पुन्हा एकवार आपल्या आराध्यदैवताकडे पाहिलं आणि हळूहळू ते चालू लागले.

दुःखानं मन उद्विग्न झालं होतं. पायातलं बळच गेल्यासारखं वाटत होतं. भोवती झाडंझुडपं आणि त्यांना बुडवून तुंबून राहिलेला काळाकभिन्न अंधार. आचार्यांना वाटलं, आपल्या मागे कोणी तरी येत आहे. वाळलेल्या पाचोळ्यावर पावलांचा आवाज येतो आहे. त्यात काचेच्या बांगड्यांचा पण आवाज मिसळला आहे. ते थांबले. कानोसा घेतला.

''कोण आहे?'' त्यांनी विचारलं

थोडा वेळ पावलांचा आवाज थांबला.

''मी आहे, चंद्री'' संकोचानं चंद्री म्हणाली. आचार्यांना तो आवाज एवढ्या जवळून आल्यासारखा वाटला की त्या काजळी अंधारात त्यांना फारच चमत्कारिक वाटलं. काही तरी बोलायला हवं असंही वाटलं. मग ते 'मारुतिराया, तूच बघ रे बाबा.' एवढंच बोलून थांबले.

त्यांच्या आर्तस्वराने चंद्रीचा ऊर भरून आला. बिचारा, गरीब ब्राह्मण! भुकेनं व्याकुळला आहे. आपल्यासाठी धडपडून निस्त्राण झाला आहे. तिला वाटलं आता आपण याचे पाय धरावेत. दुसऱ्याच क्षणी ती त्यांच्या पायाच्या दिशेनं झुकली; परंतु अंधारात तिला दिसलं नाही. ती त्यांच्या पायावर पडण्याऐवजी, त्यांच्या गुडघ्याला तिचा ऊर टेकला. दुःखाच्या उमाळ्यानं तिनं अंग झोकून दिल्यामुळे काचोळीची बटणं तटातट तुटली. मग ती बसल्या बसल्या त्यांच्या पायांना मिठी मारून रडू लागली. त्यांच्याविषयीची कणव, स्त्रीसुखाला पारखा झालेला हा गरीब ब्राह्मण आहे ही जाणीव आणि आता अन्य आपल्याला आश्रय उरला नाही ही अगतिक भावना, यामुळे तिला सारखे दुःखाचे कढ येऊ लागले. एकामागून एक. प्राणेशाचार्यांना काय करावं समजेना. एक परस्त्री आपल्या पायांना मिठी मारून रडते आहे याबद्दल अनुकंपाही दाटून आली. तिच्या डोक्याला स्पर्श करून उठावयास सांगावं म्हणून

ते वाकले. त्या हातांना तिचा गरम श्वास लागला. ओले डोळे लागले आणि मोकळे सुटलेले केस लागले. त्यांचे आशीर्वादाचे संस्कृत शब्द तोंडातच राहिले.

आपल्या केसांत आचार्यांचा हात फिरल्याचं जाणवल्यानंतर चंद्रीला पुन्हा उमाळा आला. तिने त्यांचे दोन्ही हात धरून आपला धडधडणारा ऊर आवरून धरला आणि हळूच तशीच उभी राहिली.

प्राणेशाचार्यांना तो अनुभव नवीन होता. त्यांना वाटलं आता आपण मूर्छित पडणार. त्यांनी मग तिचाच आधार घेतला. आचार्य पडत आहेत हे चंद्रीलाही जाणवलं. तिनं त्यांना कवेत धरून हळूच बसवलं.

आता कुठे आचार्यांना जाणवलं की आपल्याला भूक लागली आहे. मोठ्या कष्टांनी ते 'आई गं' म्हणाले. चंद्रीनं त्यांना ओचे पदरातली केळी सोलून दिली. आपलं नेसतं पातळ सोडून तिनं जमिनीवर अंथरलं. मग आचार्यांना मिठीत घेऊन ती ढसढसा रडू लागली.

प्राणेशाचार्यांना जाग आली तेव्हा मध्यरात्र उलटून गेली असावी. चंद्रीच्या मांडीवर त्यांचं डोकं होतं आणि गाल तिच्या उघड्या ओटीपोटाला लागलेला होता. नाजूकपणे चंद्री त्यांच्या डोक्यावर, कानावर, गालांवर हात फिरवत होती.

आपण कोण, इथं कसे आलो, ही कोण कशाचाच अर्थबोध न होता आचार्य गांगरले. आपण कोण याचीही त्यांना ओळख पटेना. हा अंधार कसला? आपण कुठल्या जंगलात आलो? त्यांना काही समजेना.

त्यांना मग आपलं बालपण आठवलं. आईच्या मांडीवर असेच झोपून आपण आकाशाकडे बघत असू.

आश्चर्यानं त्यांनी आकाशाकडे पाहिलं.

पंख पसरून नाचणाऱ्या मोरासारखं आकाश.

मध्येच सप्तर्षी.

अगस्त्यांच्या शेजारी लाजेनं चमकणारी अरुंधती.

शेजारी, जमिनीवर ओल्या मातीचा वास.

दमलेल्या चंद्रीच्या अंगाचा घामाचा वास.

अंधार; आकाश आणि ऊंचऊंच वाढलेले वृक्ष.

आपण स्वप्नात तर नाहीना, असं वाटून आचार्यांनी डोळे चोळले.

कुठून कुठं आलो, कुठं जायचं ते विसरलो, या विचारांनिशी त्यांचं मन विषण्ण झालं. 'चंद्री!' त्यांनी नाजूकशी हाक मारली. कानोसा घेतला. अंधारानं पूर्ण व्यापलेलं जंगल. म्हटलं तर चिडीचिप्प. म्हटलं तर एकांतवासी प्रणयी. गुप्तपणे रहस्य सांगतात किंवा काय असे वाटण्यासारखे हलके आवाज!

मध्येच काजव्याचा एक थवा उठला. मिणमिण उजेड दाखवीत हिंडू लागला. आचार्यांनी डोळे भरून त्यांच्याकडे पाहिलं. कान टवकारून कानोसा घेतला. भोवती काजवेच काजवे.

'चंद्री !' आचार्य उठून बसले.

प्राणेशाचार्य आपल्यावर रागावतील, अद्वातद्वा बोलतील म्हणून चंद्री घाबरली. न जाणो आपली कूस उजवलीही असेल ही एक भाबडी आशा तिच्या मनात अंकुरली. त्यांच्या स्पर्शानं आपण पुनीत झालो ही भावना तिला बोलू देईना.

प्राणेशाचार्यही पुष्कळ वेळ बोलले नाहीत. ते मग उठून उभे राहिले.

"चंद्री, ऊठ आपण निघू. उद्या सगळे ब्राह्मण जमतील तेव्हा जे झालं ते सर्व सांगून टाकू. तूच सांग, अग्रहाराला अमुक एक बरोबर असं सांगण्याचा अधिकार—"

पुढे काय म्हणावे हे त्यांना सुचेना. त्यांचे हातपाय कापू लागले.

"तो अधिकार मी घालवला. उद्या मला सांगण्याचं धैर्य झालं नाही, तर तूच सगळं सांगून टाक. माझ्या परीनं मी संस्कार करायला तयार आहे. इतर ब्राह्मणांना सांगण्याचा अधिकार मात्र मला नाही."

बोलून झाल्यानंतर मात्र आचार्यांचा थकवा एकदम नाहीसा झाला आणि त्यांना मोकळं मोकळं वाटूं लागलं.

दोघंही विशेष न बोलता नदी ओलांडून पलीकडे गेले. पण पुढे त्यांच्या बरोबर चालत जाणं चंद्रीला कसंतरी वाटलं. मग ती त्यांना पुढे जाऊ देऊन आपण मागे रेंगाळली. अग्रहारापर्यंत आली. आपण जे करतो ते सगळे असं चमत्कारिक होतं म्हणून तिचा जीव कळवळला. चांगल्या बुद्धीनं सोनं दिलं तर या ब्राह्मणांनी त्याला एवढे फाटे फोडले! शवाच्या संस्कारासाठी प्रयत्न करत होते, बिचारे आचार्य. त्यांना... परंतु स्वतःला दोषी धरणं हे चंद्रीला माहिती नव्हतं. त्या अंधाऱ्या रात्री अग्रहाराच्या दिशेनं चालता चालता तिला पुष्कळ गोष्टी आठवल्या. अंधारात घडलेलं, सर्व! वाकलेलं, दिलेले, घेतलेलं! पदरात लपवलेल्या हिरव्या चाफ्यासारख्या त्या धुंद स्मृतीमुळे तिचा जीव मोहरून उठला. बिचाऱ्या आचार्यांना कसं वाटलं कोण जाणे!

आता आपण त्यांच्या ओट्यावर बसून त्यांना त्रास देऊ नये आणि

आपल्या जीवनात अकस्मात् फुललेल्या या निशिगंधाला त्या कोरड्या ब्राह्मणांच्या पायदळी टाकू नये. आचार्यांचा अपमान? तोही आपल्याकरवी? शक्य नाही. मग आता आपण काय करायचं? आचार्यांच्या घरी जाणं यानंतर बरोबर होणार नाही आणि आपला यजमान तर प्रेत होऊन पडला आहे. अनाथासारखा. काय करावं? यजमान! यजमानच! पुष्कळ वर्षं ते आपल्याबरोबर राहिले. या विचारानं तिचं धैर्य वाढू लागलं. जाऊन पाहू तरी खरं. जमलं तर घरीच झोपू, नाही तर आचार्यांच्या घरची ओटी तर आहेच ना, असा विचार करून ती आपल्या घराकडे गेली. अंगणातल्या छपराखाली उभी राहून तिनं कानोसा घेतला. लांबवर कुठं तरी कुत्री भुंकत होती. इतर रात्रींप्रमाणे ही एक रात्र, अशी मनाची समजूत घालून ती ओटा चढून आली तो दार सताड उघडं!

'देवा रे, घरात कोल्हा-कुत्रा घुसून प्रेत फाडलं तर नाही ना?' असं मनाशी म्हणतच ती आत गेली आणि सवयीनं कोनाड्यात हात घालून तिनं काड्याची पेटी काढली. कंदील लावला. घरभर घाण सुटली होती. समोरच मेलेला उंदीर! आपल्यासाठी अग्रहारात प्रत्येकाशी नारणप्पा भांडला आणि त्याचं प्रेत आपण तसंच सोडून निघून गेलो याचा तिला पश्चात्ताप वाटला. आता माडीवर जाऊन धूप तरी घालावा म्हणून ती वर गेली.

प्रेत कुजू लागलं होतं. चेहरा सुजून विद्रूप झाला होता. तिला पोटात ढवळल्यासारखं झालं. एक किंकाळी मारून ती तशीच खाली आली आणि तिनं बाहेर धूम ठोकली. आपल्या प्रियकराचा आणि माडीवर कुजत असलेल्या प्रेताचा काही एक संबंध नाही, असं तिच्या मनानं घेतलं. कंदील घेऊनच ती झपाझप चालत पाटलांच्या वस्तीत गेली. रोज आपल्याला अंडी आणून देणाऱ्या शेषप्पावर तिची भिस्त होती. अंगणात बांधलेल्या पांढऱ्या बैलावरून तिनं त्याचं घर ओळखलं आणि ती आत गेली. अपरिचित व्यक्तीला पाहून गुरं धडपडून उठली आणि कासरा ओढू लागली. कुत्रा भुंकला. शेषप्पा उठून आला. चंद्रीनं घाईनं घडलेल्या गोष्टी सांगितल्या.

'तू बैल जुंपून प्रेत स्मशानात घेऊन जा. घरीच लाकडं आहेत. जाळून टाकू.' तिनं त्याला सुचवलं. शेषप्पा अजून दारूच्या नशेत होता. तो घाबरला, म्हणाला-

"चंद्रम्मा, ते काही जमायचं नाही. ब्राह्मणाच्या प्रेताला स्पर्श करून मी कुठल्या नरकात जाऊ? तुम्ही काही दिलंत तरी माझ्या हातून हे होणार नाही... तुम्हाला भीती वाटत असेल तर गरिबाच्या झोपडीत रात्रभर झोपा आणि उद्या सकाळी उठून जा."

चंद्री न बोलता रस्त्यावर येऊन उभी राहिली. काय करावं तिला क्षणभर काही सुचेना. पण एक गोष्ट तिला स्पष्ट दिसत होती. आपल्या घरात प्रेत सडून त्याची घाण अग्रहाराभर सुटली आहे. ते प्रेत म्हणजे आपण ज्याला सर्वस्व दिलं तो नारणप्पा नव्हे. ते प्रेत ब्राह्मण नव्हे; शूद्रही नव्हे; निव्वळ प्रेत. सडणारं प्रेत. त्याला जात-पात काही नाही.

मग ती सरळ मुसलमानांच्या वस्तीत गेली. पैसे देऊ केले. बांगड्याचा व्यापार करणारा अहमद ब्यारी तयार झाला. त्याच्या हातांत पैसे नसताना नारणप्पानंच त्याला बैल घेण्यासाठी पैसे दिले होते. त्यानं कुणाचीच फिकीर केली नाही. सरळ तो बैलगाडी घेऊन अग्रहारात आला आणि कुणाला सुगावा लागू न देता, लाकडं आणि प्रेत एकदमच स्मशानात घेऊन गेला. अजून अंधार होताच. स्मशानात लाकडांवर प्रेत रचून त्यानी पेटवून दिलं आणि एक कार्यभाग संपल्यासारखा तो बैलांच्या शेपट्या पिळत घराकडे गेलासुद्धा!

ते सर्व पाहताना चंद्रीला रडू आलं; पण मन आवरून ती घरी परतली. एका पिशवीत आपली रेशमी पातळं कोंबून घेऊन आचार्यांनी परत केलेली दागिन्यांची पुरचुंडी तिनं त्यातच घातली. पैसाअडका गोळा करून ती घराबाहेर पडली. जाता जाता आचार्यांच्या पाया पडून जावं अशी एक उत्कट इच्छा तिच्या मनात आली; परंतु ते बरं दिसणार नाही, अशी तिनं स्वतःची समजूत घातली. गाठोडं घेऊन कुंदापूरला सकाळी जाणारी मोटार पकडण्यासाठी तिनं मोटार स्टँडची वाट धरली.

पारिजातपुरात सावकार मंजय्याच्या प्रशस्त माडीवर श्रीपती, गणेश, गंगण्णा, मंजुनाथ आणि अग्रहारातील चार-पाच तरुण 'गुलेबकावली' नाटक बसवण्याच्या खटपटीत होते. त्यासाठी दिलेला हार्मोनिअमही नारणप्पाचाच. कंपनीच्या वापरासाठी दिलेला. प्रत्येक नाटकाच्या वेळी

तो हजर असायचाच. त्याच्या प्रोत्साहनाशिवाय 'पारिजात नाटक मंडळी' जन्मलीच नसती. त्यानंच सगळ्यांना तयार केलं होतं. शिवाय त्यांनी जमवलेल्या पैशांत आपण थोडी भर घालून शिवमोग्याहून सीनसीनरीचे पडदे वगैरे आणून दिले होते. नाटकातल्या गाण्यांच्या चालीही तोच सुचवायचा. आजूबाजूच्या कित्येक गावांत ग्रामोफोन नव्हता; तो त्याच्याकडे होता आणि हिरण्णय्याच्या कंपनीच्या नाटकातली गाणी त्याच्यावर वाजवून वाजवून त्यानं या तरुणांचे कान तयार केले होते. गप्पा मारता मारता काँग्रेस पक्षाबद्दल तो सांगायचा. खादी झब्बा, पायजमा आणि पांढरी टोपी त्यानंच त्या भागात आणली होती. त्याच्या मृत्यूमुळे सगळ्यांना हळहळ वाटत आहे; परंतु ते तरी काय करणार! सर्व दरवाजे बंद करून पासिंग शो सिगारेटी फुंकत त्यांची तालीम चालू आहे. श्रीपतीला त्या नाटकात काम नाही. यक्षगानाबद्दलचं त्याला वेड, म्हणून नाटक त्याला वर्ज्य असं नव्हे! रंगरंगोटीचे सगळे प्रयोग त्याला प्रियच.

तालमीबरोबर परातभर केलेले फोडणीचे पोहे आणि पातेलेभर कॉफीचा समाचारही चालला होता. रात्री बारा वाजेपर्यंत मधेमधे नारणप्पाची आठवण काढत, पोहे-कॉफी घेत घेत तालीम चालू राहिली. नंतर नागराजानं गणेशला खूण केली. त्यानं स्त्रीपात्र करणाऱ्या मंजुनाथला चिमटा काढला. मंजुनाथनी गंगण्णाला कोपरानं डिवचलं आणि गंगण्णानी श्रीपतीच्या धोतराला हिसका दिला. एवढं सगळं झाल्यानंतर 'आजची तालीम पुरे' असं सांगून बाकीच्यांना बाहेर घालवण्यात आलं. नंतर दरवाजा बंद करून घेऊन नागराजनं ट्रंकेतून दोन बाटल्या काढल्या. अस्सल विलायती. "आमच्या नारणप्पा मास्तरांच्या स्मृतीसाठी, बरं का!" असं त्यांनी इतर मित्रांना सांगितलं.

एका पिशवीत त्या बाटल्या घातल्या. एका केळीच्या पानात पोहे बांधून घेतले. चार ग्लास घेतले. नागराज 'रेडी' म्हणाला. बाकीचे एका पायावर आधीचेच तयार होते. एकेक जण पायऱ्या उतरू लागले. मंजुनाथनं त्यांना थांबवून बरोबर लिंबू घेतलं.

हळूच दरवाजा लावून घेऊन ते सगळे मजेत त्या गाढ अंधारात श्रीपतीच्या हातातल्या विजेरीच्या उजेडात नदीकडे गेले.

"काय तुमचे गुरुजी! बाटलीभर घेऊनसुद्धा लयीत न चुकता तबला वाजवायचे."

नागराजनं नारणप्पाची आठवण काढली. नदी ओलांडून झाल्यानंतर पसरलेल्या वाळूवर पिशवीतून आणलेलं साहित्य मध्ये ठेवून सर्व बसले होते. जगात आपण पाचच जण शिल्लक आहोत की काय अशा थाटात, नक्षत्रांच्या साक्षीनं ते सर्व वामन, त्रिविक्रम होण्याच्या तयारीला लागले. मध्येच नदीचा 'झुळूझुळू' आवाज यायचा. एरवी कोणी बोलत नव्हतं. हळूहळू मदिरा त्यांच्या डोक्यात चढू लागली.

"आमचा आश्रयदाता एक गेला की हो!" श्रीपती मोठ्या दुःखानं म्हणाला.

"हो ना..." नागराजनं पोह्यांत हात घातला! "आमच्या कंपनीचा एक खांबच तुटला म्हणायचा! त्याच्यासारखा तबला वाजवणारा या भागात आता कुणी नाही..."

नशा चढू नये म्हणून मंजुनाथनं दारूत लिंबाचा रस घातला होता. पण कसचं काय! त्याच्याही डोक्यात नशा चढलीच. काही तरी सांगायला जाऊन तो फक्त 'चंद्री चंद्री' एवढंच म्हणाला.

श्रीपतीला चेव आला, "कोणी काही म्हणो, कुठलाही ब्राह्मण काही बरळो- समजलं का, शपथेवर सांगतो- चंद्रीसारखी रूपसंपन्न आणि चांगली स्त्री या शंभर मैलांच्या क्षेत्रात आहे का? तिच्यासारखी दुसरी दाखवा; मी ब्राह्मणधर्म सोडायला तयार आहे! लग्नाची नसली म्हणून काय झालं? ती नारणप्पाला बायकोपेक्षा जास्त जवळची होती की नाही? तो पिऊन ओकायचा. ती स्वच्छ करायची; त्याचंच नव्हे, आमचंदेखील. मध्यान्ह रात्री तो येऊन दत्त म्हणून उभा राहिला तरी हसत हसत स्वयंपाक करून वाढायची. कुठली ब्राह्मण स्त्री एवढं करते? सगळ्या टुरटुर करणाऱ्या."

मंजुनाथला इंग्रजीतले तीनच शब्द माहीत होते. त्यांतला एक शब्द 'यस'; त्यानं तो वापरला.

"प्यायल्याबरोबर मंजुनाथला इंग्रजी यायला लागलं!" नागराज हसला.

विषय मुलींच्याकडे वळला. शूद्रांत कुठली मुलगी चांगली याबद्दल वादंग सुरू झाले. आपला आणि रूपीचा व्यवहार फक्त नारणप्पालाच माहीत असल्यामुळे, श्रीपती निर्धास्तपणे त्यांचं बोलणं ऐकत राहिला. त्यांच्या नजरेत कुठं रूपी आलीच नाही आणि आली तेव्हा ती अस्पृश्य म्हणून नाक मुरडत राहिले, हे बरंच झालं, असं त्याला वाटलं.

दुसऱ्या बाटलीचं बूच काढता काढता श्रीपती म्हणाला,

"आपला मित्र मरून संस्काराशिवाय तिथं कुजत पडला आहे आणि आम्ही इथं मजा करतोय!' त्याचा एकदम गळा भरून आला आणि तो रडू लागला. मग सगळेच रडू लागले. एकमेकाला बिलगू लागले.

"तुमच्यात खरे पुरुष किती, सांगा?" श्रीपतीनं विचारलं. "मी मी" सगळेच म्हणाले. स्त्रीपार्ट करणाऱ्या गोऱ्यागोमट्या चेहऱ्याच्या मंजुनाथला नागराज म्हणाला, "छे छे तू रमा, तू शकुंतला" अणि त्यानं त्याचं एक झक्कपैकी चुंबन घेतलं.

"तुम्ही पुरुष असाल तर माझं एक काम आहे. कबूल असेल तर बघा. समजलं? नारणप्पा आमचा दोस्त. त्यानं आमच्यासाठी काय काय केलं आणि आम्ही त्याला काय दिलं, सांगा पाहू? माझी अशी सूचना आहे की त्याचं प्रेत कुणाला नकळत आपण हलवू आणि विल्हेवाट लावून टाकू. काय आहे तयारी? बोला..."

श्रीपतीनं सगळ्यांच्या ग्लासात दारू ओतली. सगळे घटाघट प्यायले आणि त्याच्या मागेमागे झोकांड्या खात चालू लागले. विजेरीच्या उजेडात नदी ओलांडून ते सर्व अग्रहारात आले. काळ्या अंधारात एक चिट्पाखरूही त्यांच्या दृष्टीस पडलं नाही. अग्रहारात गेल्यानंतर ते सरळ नारणप्पाच्या घरात घुसले. दारूच्या नशेमुळे घाण वास त्यांना काही समजला नाही आणि ते सवयीनं माडीवर चढले. श्रीपतीनं विजेरी फिरवली; परंतु नारणप्पाच्या प्रेताचा तिथं मागमूसही नव्हता! त्या पाचही लोकांना भीती वाटू लागली. "अरे रे, नारणप्पाचं भूत होऊन ते स्वतः चालत गेलं असावं!" नागराजनं तर्क केला.

मग दारू आणलेली पिशवी व ग्लास तिथंच फेकून ते सर्व झिंगत झिंगत पांगले. झोप न आल्यामुळे 'ढर्रर्र' आवाज करीत दार उघडून लक्ष्मीदेवम्मा केव्हाच रस्त्यावर आली होती.

"बघा बघा, प्रेतं पळताहेत प्रेतं" एवढं जोरात ओरडून तिनं "हेऽऽ" करून करपट ढेकर दिली.

संध्याकाळ उलटली तरी प्राणेशाचार्यांचा पत्ता नाही! रात्र झाली. ब्राह्मण सगळे वैतागले. त्यांच्या ओट्यावर, चावडीवर बसून बसून ते कंटाळले. बोलायचे तरी किती आणि काय?

ते मग आपापल्या घरी परतले. जेवण्याचा प्रश्नच नव्हता. बाहेर

गार वारा सुटला होता. त्यासरशी नारणप्पाच्या घराकडून भपका येऊ लागला. त्यांनी मग खिडक्या-दारं बंद करून घेतली. तरी वास येतच राहिला. शिवाय घराघरातून उंदीर पडत होते, त्याची घाण होतीच. दोन दिवस पोटात अन्न पाणी नाही... झोप ती काय येणार? नारणप्पा भूत होऊन राहिला तर काय करावं, ही धास्ती.

अग्रहारातले ब्राह्मण मग नुसते लोळत राहिले. रात्री बैलगाडीचा आवाज आला. पावलांचा आवाज आला, कुत्री भुंकली, लक्ष्मीदेवम्मा दार उघडून रस्त्यावर आल्याचा, ढेकर दिल्याचा आवाज आला, 'प्रेतं पळत आहेत' असं तिचं किंचाळणं ऐकू आलं. तर आई, बाप, मुलं एकमेकांना मिठ्या मारून थरथर कापत राहिली.

अशी रात्र गेली.

रात्र सरून सूर्यदेव वर आला. उन्हाचे कवडसे दाराच्या खिडक्यांच्या फटीतून, फुटलेल्या कौलांतून आत सरकू लागले. तसे हळूहळू एकेक जण उठून दार उघडून बाहेर डोकावू लागला... पुन्हा गिधाडे! ती घरावर कावळ्यांनासुद्धा बसू देईनात. ब्राह्मणांनी पुन्हा आवाज केला. टाळ्या वाजवल्या. काही केल्या गिधाडे हलेनात. मग पुन्हा शंख फुंकले. झांजा वाजवल्या.

प्राणेशाचार्यांना वाटलं, आज द्वादशी आहे की काय! ते बाहेर येऊन पाहतात तर हा गोंधळ दिसला. मन बेचैन झालं. अस्वस्थपणानं ते नुसते आत-बाहेर येरझारा घालू लागले. बोटं मोडू लागले. स्वयंपाकघरात बायको विव्हळतच होती. तिला औषध देताना कधी नव्हे तो हात कापला आणि औषध सांडलं! रात्रीसुद्धा त्यांना शांत झोप अशी लागली नव्हतीच. आपण कुठंतरी खोल पाताळात घसरत आहोत, असं वाटून त्यांनी पाय वर खेचून, गुडघे पोटाशी घेतले होते.

आणि आता त्यांच्या कर्तव्याचं लक्ष्य असलेली वीस वर्षांपासून अंथरूण धरलेली आपली धर्मपत्नी त्यांच्यासमोर होती. म्हणायचं धर्मपत्नी एवढंच. हाडाचा सांगाडा, चर्माचं आवरण, खोबणीत लुकलुकणारे डोळे आणि शून्यात लागलेली दृष्टी... एवढंच काय ते शिल्लक होतं. ती रोगी आपण वैद्य, एवढंच नातं शिल्लक राहिलं होतं. त्याची वाटचाल चालू राहिली होती. वाटचालीच्या शेवटी एक खोल दरी

आचार्यांना दिसली. तीसुद्धा घाणीनं भरलेली. त्यांना वाटलं घरात भरून राहिलेली घाण त्याचीच असावी.

इतकी वर्षं आपण संस्कारधर्माला बिलगून राहिलो, एखाद्या माकडिणीला चिकटलेल्या पिल्लासारखे; परंतु आज अचानक सगळं सुटल्यासारखं वाटतं. जिवंत असून नसल्यासारखी बायको आहे. आजारपणामुळे तिच्या डोळ्यांत दीनभावाशिवाय दुसरं काही दिसत नाही. तिला सांभाळण्यासाठी मन घट्ट व्हावं म्हणून धर्माला जवळ केलं, की धर्माच्या संस्कारामुळे आपण तिचा सांभाळ केला, हे कोडं आचार्यांना उलगडेना. आपलं लग्न झालं तेव्हा आपण सोळा वर्षांचे. बायको बारा वर्षांची. तशी ती जन्मापासून आजारीच. पण संन्यस्त वृत्तीनं जगावं ही खुमखुमी लहानपणापासूनची! सासऱ्यांच्या घरीच भागीरथीला सोडून आपण काशीला गेलो आणि वेन्दातशिरोमणी होऊन परतलो. आपण निष्काम कर्म करू शकतो किंवा नाही, याची परीक्षा पाहण्यासाठीच भगवंतानी अशी बायको आपल्याला दिली या समजुतीनं आपण तिच्या सेवेला लागलो. आपणच स्वयंपाक करावा. तिला रव्याची खीर किंवा कांजी पाजावी, देवपूजाअर्चा सर्व काही यथासांग करून संध्याकाळी जमलेल्यांना रामायण म्हणा, महाभारत म्हणा, भागवत म्हणा, यावर निरूपण करून एखाद्या कंजुषाप्रमाणे पुण्यसंचय केला. एखाद्या महिन्याला लक्ष गायत्री; पुढच्या महिन्यात आणखी एक लक्ष, अशा लक्षावधी वेळा जपमाळा फिरवल्या.

एकदा एक स्मार्त पंडित वाद घालायला आला होता. "सात्त्विकांना मोक्षप्राप्ती म्हणता, हा निराशावाद नव्हे का?" हा त्याचाच प्रश्न. त्याच्यावर आचार्य उत्तरले होते, "निराशा म्हणजे काय? कुठल्याही गोष्टीबद्दल आसक्ती बाळगून ती न मिळाली तरच निराशा येते ना? तामस वृत्तीच्या माणसाला मोक्षाची अपेक्षाच नसते. मग मोक्ष न मिळाल्याबद्दल त्याला निराशा वाटण्याचं कारण नाही. मी सात्त्विक होईन ही भावना फुकट आहे. मी सात्त्विक आहे एवढंच खरं आणि हे असलेच लोक परमात्म्याच्या अनुग्रहासाठी आसुसलेले असतात."

आपणही एक सात्विक आहोत आणि ही रोगग्रस्त बायको म्हणजे आपल्या सात्त्विकपणाची यज्ञभूमी असे समजून ते मोक्षप्राप्तीच्या मागे लागले होते. तसेच नारणप्पा म्हणजे आपल्या सात्त्विकपणाची कसोटी

असंही समजून ते वागले आणि आता सर्व समजुती, सर्व विश्वास उलटेपालटे झाले होते. सोळाव्या वर्षी आपण जिथून निघालो, तिथंच पुन्हा येऊन पोहोचल्यासारखं त्यांना वाटतं आहे. वाट हरवली आहे!

पाताळाकडे न नेणारी अशी योग्य वाट कुठली? त्यांचा जीव कासावीस झाला. बायकोला आंघोळ तरी घालावी म्हणून त्यांनी तिला उचलून मोरीत नेऊन बसवलं. शंख-झांजांचा भेसूर आवाज बाहेर जाऊन ऐकून ते पुन्हा मोरीत आले आणि पाणी घालून बायकोच्या अंगावर हात फिरवू लागले. खुरटलेले स्तन, बसकं नाक, वीतभर केसांचा सुपारीएवढा अंबाडा! त्यांना शिसारी आली. बाहेर अव्याहतपणे ते भेसूर नाद चाललेच होते. आरडाओरडा करून हा गोंधळ थांबवावा असं त्यांना वाटलं. आज असं पहिल्यांदाच चमत्कारिक का वाटू लागलं? काव्यातून वाचलेली सौंदर्यस्थळं व्यवहारात मिळतील अशी त्यांनी अपेक्षा केली नव्हती. फुलांचा सुगंध सगळा देवाला वाहण्यासाठी आहे. स्त्रीचं सौंदर्य नारायणाची सेवा करणाऱ्या लक्ष्मीतच आहे. गोपींची वस्त्रं हरण करणारा गोपालच रतिक्रीडा करू जाणे, असं त्यांना वाटत असे. पण आता त्यांत आपणालासुद्धा वाटा पाहिजे, असं त्यांना अचानक वाटू लागलं...

बायकोचं अंग पुसून पातळ नेसवून त्यांनी तिला अंथरुणावर बसवलं आणि ते ओट्यावर आले. एकाएकी शंख-झांजांचा आवाज थांबून मौन पसरलं.

आपण इथं बाहेर का आलो, आचार्यांना उमजेना. चंद्री इथं असेल म्हणून आलो? पण चंद्री काही दिसली नाही. अंथरूण धरलेली बायको आणि जंगलात गपदिशी आपले हात धरून, स्तनावर दाबून धरलेली चंद्री या दोघीही मला सोडून गेल्या काय? कधी नव्हे ते आचार्यांना एकाकी वाटू लागलं.

झांजांच्या आवाजानं गिधाडं उडून गेली होती. आपले मेलेले चेहरे अधिक उदास करून अग्रहारातले ब्राह्मण त्यांच्या ओट्यावर आले. त्यांच्या डोळ्यांकडे पाहू लागले. आचार्य गप्प-गप्प पाहून सर्वांना चमत्कारिक वाटलं.

स्वतःचं ब्राह्मण्य गाठोड्यात बांधून मनस्वीपणे वागणारे हे ब्राह्मण

आपल्याकडून मार्गदर्शनाची अपेक्षा करतात, हे पहिल्यांदाच आचार्यांना जाणवलं; परंतु आता आपला अधिकार गेला, आपण या विवंचनेतून सुटलो, या जाणिवेनं त्यांना हायसं वाटलं. 'मी कोण? मीसुद्धा तुमच्यासारखा एक मामुली साधा माणूस. रागद्वेषानं भरलेला...' असं जोरात सांगावं असंही त्यांना वाटलं. हा विनय आहे, का अहंकार डिवचण्याचा पहिला धडा आहे? त्यांना अर्थबोध होईना.

'चंद्री! असशील तिथून ये आणि या शब्दांच्या जंजाळातून मला बाहेर काढ,' असं ओरडून सांगावं असं आचार्यांना वाटलं. मग इकडे तिकडे त्यांची नजर चंद्रीला शोधू लागली. चंद्री कुठंच नाही! उर्वशीसारखी निघून गेली की काय? नारणप्पानं अनुभवलेल्या सुखात आपणही वाटेकरी झालो, असं सर्वांना खरंच सांगावंसं त्यांना वाटू लागलं; पण शब्दच जुळेनात. हाता-पायांना घाम फुटला. आपण खोटं बोलावं, स्वतःची इभ्रत राखावी, असा मोह पहिल्यांदाच आचार्यांना होऊ लागला. या लोकांनी आपल्यावर जो विश्वास ठेवला आहे, त्याला तडा जाऊ नये. आपण अजूनही पूर्वीच्या पदावरच राहावं, असं त्यांना आता वाटू लागलं. हे कशामुळे हे मात्र त्यांना उमजेना. सवय म्हणावी, पश्चात्ताप म्हणावा की हा एक तमोगुणच आहे, याचा त्यांना उलगडा होईना 'पापोऽऽहं, पापकर्मोऽहं, पापात्मा पापसंभवः' सवयीनं मंत्र तोंडी आला; परंतु हेसुद्धा खोटंच. पहिल्यांदा हे सर्व मंत्र विसरले पाहिजेत! एखाद्या लहान मुलाप्रमाणे मन निर्मळ व्हायला हवं. चंद्रीचे स्तन दाबताना आपण 'पापो ऽऽ हं' म्हणालो नाही. आपली अब्रू चव्हाट्यावर मांडायला चंद्री नाही, हे एकाअर्थी बरंच झालं. जाग आल्यानंतरची भावना निराळी. त्यापूर्वीची भावना वेगळी. यालाच जीवन म्हणत असावेत. आता खरेखुरे आपण कर्मचक्रात गुंतलो. जीव त्रासला म्हणजे सारं विसरून तिला बिलगावं. दुःखात सावध राहावं. पुन्हा ते विसरण्यासाठी तिच्याकडेच जावे. हे चक्र आहे, कर्मचक्र. यालाच रजोगुण म्हणतात. आपण 'कामा'ला सोडलं, तरी 'कामा'नं काही आपल्याला सोडलं नाही.

आचार्यांना बरं वाटेना. भोवती बसलेल्या ब्राह्मणांच्या मधून उठून ते देवघरात गेले. देवापुढे बसून नामस्मरण केलं ते सवयीनं. खरं सांगावं हे ठीक आहे; पण सांगवत नाही. बरं, नाही सांगितलं, तर राहवत

नाही. आता आपण मारुतीचं तोंड पाहणार नाही. शुद्ध मनाने बायकोची सेवा करणार नाही! देवा यातून वाचव...

पुन्हा त्यांना धास्ती वाटली, बाहेर चंद्री आली की काय? कदाचित सर्व काही सांगूनही टाकलं असेल तिनं. ते घाईनं बाहेर आले. ब्राह्मण थांबलेच होते. पुन्हा गिधाडं आली होती. घराघरावर बसली होती.

डोळे मिटून दीर्घ श्वास घेऊन आचार्यांनी धीर केला, पण तोंडावाटे एवढेच शब्द आले-

"मी हरलो आहे. मारुतिरायांनी कौल नाकारला. काय करावं हे मला समजत नाही. तुम्ही तुमच्या मनाला येईल त्याप्रमाणे करा."

सगळे ब्राह्मण अवाक झाले, "तसं होणं नाही- " गरुडाचार्य म्हणाला. आदल्या दिवशी जेवल्यामुळे त्यांतल्या त्यात दासाचार्याला जरा बरं वाटत होतं. तो विचारू लागला,

"मग काय करावं म्हणता? हातखांब्याच्या अग्रहाराला जाऊ? तिथं पंडित सुबण्णाचार्य आहेत, त्यांना विचारू पाहिजे तर! आपल्या आचार्यांपेक्षा त्यांना जास्त समजतं असं नाही. बरं, त्यांनाही काही सांगता आलं नाही तर सरळ मठाला जाऊन स्वामीजींना विचारू? या घाणीत प्रेत ठेवून घेऊन प्रश्न सुटणार आहे का? जेवणखाणाशिवाय या अग्रहारात पडून राहण्यात तरी काय अर्थ आहे? स्वामीजींचं दर्शनही होईल. शिवाय त्रयोदशीच्या दिवशी मठात आराधना आहे म्हणे. हातखांब्याला जाऊ. जानवं बदलू. तिथले ब्राह्मण जेवायला उठा म्हणतीलच. प्रेत ठेवून घेऊन या अग्रहारात जेऊ नये म्हणून नियम आहे. हातखांब्याला जेवण्यात दोष काही नाही. तुमचं काय म्हणणं आहे?"

याला सगळेच ब्राह्मण तयार झाले. लक्ष्मणाचार्याला आठवलं की हातखांब्याच्या व्यंकण्णाचार्यानं शंभर द्रोण आणि हजार पत्रावळ्या मागितल्या होत्या. एर्वीतेवी जाणारच आहोत, घेऊन जावं म्हणजे झालं. गरुडाचार्यांचंही श्रीशी थोडं काम होतं. प्राणेशाचार्यांना या सूचनेमुळे आपल्या डोक्यावरचा मोठा भार उतरल्यासारखं वाटलं.

आपल्या शब्दाला सगळ्यांनी कबुली दिल्याचं पाहून दासाचार्याला आनंद झाला.

‘तीन दिवसांसाठी तरी अग्रहार सोडून जावं लागेल. बायको-पोरांचं काय करावं? त्यांना माहेरी धाडू या.’

सगळेच त्याला कबूल झाले.

“या माध्वांच्या सहवासामुळे पुरता बिघडलो” असं म्हणत दुर्गाभट्ट घरी आला आणि गाडी ठरवून बायको-पोरांना त्यानं सासऱ्यांकडे पाठवून दिलं. लक्ष्मणाचार्यानं द्रोण, पत्रावळ्या नीट बांधून घेतल्या. वाटेत खाण्यासाठी म्हणून दासाचार्यानं लाह्या फोडून घेतल्या. घरच्यांना माहेरी पाठवलं... लक्ष्मी-देवम्मालासुद्धा लक्ष्मणाचार्याच्या बायकोबरोबर पाठवून दिलं. किती तरी वेळ अग्रहारात गोंधळ चालला होता. निरवानिरव संपल्यानंतर सर्व ब्राह्मण आचार्यांच्या ओट्यावर जमले.

तोपर्यंत भागीरथी विटाळशी झाली होती!

“हिला सोडून मी काही येणार नाही. तुम्ही चला,” असं आचार्यांनी त्यांना सांगितलं.

ब्राह्मण सगळे बाहेर आले आणि घराघरांवर बसलेल्या गिधाडांकडे ढुंकून न पाहता घाईघाईनं हातखांब्याच्या वाटेला लागले.

ते हातखांब्याला पोहोचले तेव्हा उन्हं सरून संध्याकाळ झाली होती. ते सर्व आंघोळ करून यज्ञोपवीत बदलून, गोपीचंदन फासून सुब्बणाचार्यांच्या ओट्यावर आले.

“आधी जेवण होऊ द्या.” सुब्बण्णाचार्य अपेक्षेप्रमाणे म्हणताच सर्वांना आनंद झाला. यापेक्षा आता काय पाहिजे? साऱ्यांनी आतल्या परमात्म्याला भिडेपर्यंत आमटी-भात ओरपला. मग पुन्हा सुब्बण्णा-चार्यांभोवती जमले. त्यांना ज्योतिषातही गती होती. संस्कार योग्य की अयोग्य ठरवण्याआधी नारणप्पाची मृत्यूची वेळ पाहावी, हे त्यांना आवश्यक वाटलं. मग चाळीशी चढवून पंचांग पाहून कवड्या मोजून ते ‘विष’ एवढंच म्हणाले!

प्राणेशाचार्यांना जे सांगता आलं नाही, ते मी कसं सांगणार? त्यांनी शवसंस्काराबाबत काहीही न सांगता मौन धरलं. दासाचार्याला यामुळे आनंदच झाला. आता मठाला जायला आपण मोकळे झालो, असं त्याला वाटलं. आराधना आहे. त्याचा प्रसादही मिळेल म्हणून त्याचा जीव हपापला.

"रात्र झाली. आता इथंच झोपा; पहाटे उठून पुढे चालू लागा." असा आग्रह हातखांब्याच्या ब्राह्मणांनी केल्यानंतर त्यांना 'नाही' म्हणता आलं नाही; परंतु पहाटे उठले तेव्हा दासाचार्यांच्या अंगात ताप फणफणत होता. त्याला शुद्धच नव्हती. "फार जेवल्यामुळे अजीर्ण झालं असेल." गरुडाचार्यानं समर्थन केलं. बिचाऱ्याचं आराधनेचं जेवण हुकल्याबद्दल बाकीच्या ब्राह्मणांना वाईट वाटलं.

हातपाय तोंड धुऊन दही-पोहे खाऊन, वीस एक मैल सर्व जण चालत गेले. अंधार झाला. तिथंच एका अग्रहारात त्यांनी मुक्काम केला. जेवून झोपले. पहाटे उठून पाहतात तर पद्मनाभाचार्यांच्या अंगात ताप! दमल्यामुळे असेल, अशी समजूत करून घेऊन बाकीचे पुढे दहा मैल चालत मठाला पोहोचले.

पोहोचले तेव्हा दुपारच्या पूजेचा नगारा वाजत होता.

भागीरथीच्या जन्माला आजार तर लागलेला होताच, त्यात तिला ताप आला आणि शिवाय विटाळ! अख्ख्या अग्रहारात ती आणि आचार्य दोघंच राहिले होते. चिटपाखरूही नव्हतं असं म्हणता येणार नाही; कारण घराघरावर त्याच हट्टानं गिधाडं बसून राहिली होती. हीच काय ती सोबत होती. कावळेही हळूहळू आले. पूजाअर्चाकर्म थांबून या अग्रहारावर आधीच भयंकर पापाची छाया पसरली होती. आता उरलीसुरली माणसंही गेली. घरोघरी दाटून राहिलेला दुर्गंध आणि प्रत्येक घराच्या छपरावर बसलेले कावळे, गिधाडे. अग्रहारावर अक्षरशः स्मशानाची कळा आली होती. नारणप्पाला स्मशानात नेलं नाही म्हणून स्मशानच अग्रहारावर चाल करून आलं होतं.

देवघरात प्राणेशाचार्य बसले होते. कोठून तरी एक उंदीर त्यांच्या समोर टिप्‌दिशी पडला आणि गरागरा फिरून उताणा होऊन सुन्न झाला. आचार्यांना शिसारी आली. शेपूट धरून उचलून त्यांनी तो गिधाडापुढे फेकून दिला. आत आले. बाहेर कावळ्यांचा, गिधाडांचा कलकलाट. त्यांना आत बरं वाटेना. ते उठून बाहेर आले. 'हाश् हुश' सारखं चाललंच होतं.

दुपारचं ऊन मी म्हणत होतं. आचार्यांना मान उचलून घरांच्या छपराकडे पाहवेना. पोटात भुकेची आग भडकली होती. काय करावं

समजेना. आपल्या धोतरात केळी बांधून घेऊन ते आंघोळीला गेले. नदीत आंघोळ आटोपून पलीकडे गेले. झाडाखाली बसून त्यांनी केळी खाल्ली. काहीसं बरं वाटलं. चंद्रीनं आपल्या हातानं एकेक केळ आपल्या तोंडात दिलेलं आठवताच त्यांचं अंग शहारलं.

आपण तिला स्पर्श केला.. .तो खऱ्या पश्चात्तापामुळेच का? त्यांना संशय वाटला. पश्चात्ताप, करुणा असा निरनिराळ्या रूपांनी आपण धर्म म्हणून ज्याला जवळ केला, तो शुद्ध कामच असावा! चंद्रीच्या उराचा स्पर्श होताच त्यांनी मुखवटे फेकून देऊन आपलं खरं रूप दाखवलं. नारणप्पाचं बोलणं आठवलं 'कोण जिंकतय पाहू, तुम्ही की मी, ... मत्स्यगंधेला कवटाळून झोपा.' आपल्या कर्माच्या विरुद्ध फळ मिळतं असं त्यानं सांगितलं होतं. त्यासाठी एक गोष्ट सांगितली होती. अग्रहारात आपण 'शाकुंतला' ची गोष्ट सांगितली होती. नारणप्पामुळे नव्हे तर आपल्यामुळेदेखील अग्रहाराचं जीवन अस्ताव्यस्त झालं असेल, कुणी सांगावं? आपल्या शाकुंतलानं भारून नदीपलीकडे जाऊन एका शूद्र मुलीला कवटाळून झोपणारा तो तरुण कोण असावा? आणि शकुंतलेची आठवण करून देणारी ती रूपवती तरी कोण असावी? रूपवती. आचार्यांना मग एकेक करून शूद्रांच्या, अस्पृश्यांच्या मुली आठवल्या. कल्पनेनंच त्या विवस्त्र झाल्या. कोण ही रूपवती? अरे रूपीच असावी! होय. कधीच ती आपल्या खिजगणतीत नव्हती. तिच्या मातकट रंगाच्या स्तनाच्या कल्पनेनं आचार्यांच्या अंगावर शहारे आले. आपल्या कल्पनेनं आपणच हैराण झाले.

नारणप्पानं चेष्टेच्या सुरात सांगितलं होतं- 'ब्राह्मणधर्म टिकवायचा असेल, तर वेदपुराण अर्थ न समजता वाचावं.'

आपल्या दयाभावात अशीच 'कामा'ची एक ठिणगी लपून राहिली असावी. आणि आता वेळ येताच तिनं आपल्याला पेटवलं आहे.

विवस्त्र स्थितीत रूपी कशी दिसत असेल? तिच्या अंगांगावर हात फिरवावा. पुनःपुन्हा पेटून उठावं. काल चंद्रीच्या स्पर्शानं उठलो तसे. इतकी वर्षं फुकट गेली. केलेलेच पुनःपुन्हा करून, सांगितलेली गायत्रीच पुनःपुन्हा सांगून आपण कोरडे पाषाण राहिलो. अनुभव म्हणजे आघात. आपल्याला तो कधी झालाच नाही. आतापर्यंत आघात चुकविण्याकडे आपली वृत्ती होती. डोळे असून न पाहणं, कान असून न ऐकणं, हे

आपलं आयुष्य होतं. उत्कटपणे कुठलेच अनुभव घेऊ नये ही एक आपल्या जीवनाची शिस्त होती; संरक्षणाची फळी होती, ती एका अनपेक्षित क्षणी कोसळली आणि दबून बसलेल्या श्वापदानं आपल्यावर हल्ला केला! हा वाघ बाहेर दिसत नव्हता. धर्मसंस्कार म्हणून तो आपल्या हाडामासात खिळला होता. त्यानं आपले खरे दात आता दाखविले, एवढंच. आपल्याला जसा स्त्रीचा स्पर्श झाला तसाच परमात्म्याचा स्पर्श नारणप्पाला झाला असता तर? पावसानं मऊ होऊन, ओल्या मातीत सुखदपणे कोय फुटून रोप येतं. आणि हट्ट केला तर? वाळून ती कोयच राहते. नारणप्पा तसाच राहिला. मरून आता कुजतो आहे. चंद्रीचा स्पर्श होईपर्यंत आपणसुद्धा 'प्रतिकोय'च होऊन राहिलो होतो. काम जितक्या सहजपणे आला तितक्याच सहजपणे परमात्म्याचा स्पर्श आपल्याला का लाभू नये?

चंद्री तरी आता कुठं आहे? आपल्याला त्रास होऊ नये म्हणून ती प्रेताजवळ तर जाऊन बसली नाही ना? ती घाण तिला साहवेल का? त्यांचा जीव गलबलला. नदीच्या पाण्यात उतरून ते अखेर पोहू लागले. इथं असंच पोहत राहावं, असं त्यांना वाटलं. लहानपणी आईचा डोळा चुकवून आपण असेच पोहत होतो आणि इतक्या वर्षांनंतर तीच भावना पुन्हा बळावली आहे, याचं त्यांना आश्चर्य वाटलं. आईला समजू नये म्हणून पोहून झाल्यावर वाळूत पडून अंग वाळवून जात असू. गार पाण्यात पोहल्यानंतर उबदार वाळूत पडण्यात काय मौज असायची... अग्रहाराला परतावंसं त्यांना वाटेना. ते वाळूवर येऊन आडवे झाले. दुपारच्या उन्हामुळे पाठ भाजू लागली. काहीतरी आठवल्यासारखं ते चट्‌दिशी उठले. मातीच्या वासाचा मागोवा घेत, रानटी प्राण्यासारखे ते चंद्रीला भेटलेल्या जंगलात गेले. दाट सावल्या, कीर्र् आवाज करणारे किडे! आपल्या आयुष्याला कलाटणी मिळालेल्या ठिकाणी- ते आतल्या प्रेरणेनंच जणू येऊन उभे राहिले.

झाडाखाली हिरव्या गवतावर अंग दाबल्याचा आकार उठला होता. आचार्य बसले. भारल्यासारखे गवत उपटून हुंगून पाहू लागले. घाणेरड्या कुबट वासाच्या अग्रहारातून आलेल्या आचार्यांना त्या गवताला लागलेला मातीचा वासही सुखद वाटला. मग ते एखाद्या कोंबडीप्रमाणे कितीतरी गवतांची रोपं उपटून हुंगू लागले. अशा झाडाच्या सावलीत नुसतं बसून

राहणं, यातसुद्धा आनंद आहे. असंच राहावं. गवत, हिरवळ, फुलं, फळं, उन्हं, ताप, गारवा सगळ्यांचा अनुभव घ्यावा. अगदी जिवंत अनुभव! काम आणि पुरुषार्थ दोन्ही टोकं सोडून द्यावी. अगदी सहजपणे जगावं. जे जे काही येईल त्याचा कृतज्ञपणे स्वीकार करावा. दरीतून चढून पर्वतावर जाईन, ही जिद्द नको. या जिद्दीपायीच आयुष्याचा नाश होतो.

त्यांच्या हाताला एक सुगंधी रोप लागलं. ते काही गवतासारखं नव्हतं. खोलवर त्याची मुळं पोहोचली होती. त्यामुळे ते काही उपटता येईना. आचार्य उठून बसून दोन्ही हातांनी ते ओढू लागले. मूळ अर्धवट तुटून रोप हाती आलं. त्यांनी त्याचा वास घेतला, डोळे मिटून खोल श्वास घेत घेत ते त्यांनी हुंगलं. आकाश आणि माती, उन्हं आणि सावली सर्व एक झाले. रोपाचा वास पार पंचप्राणांपर्यंत पोहोचला. ते हपापल्यासारखे हुंगतच राहिले. सुगंध नाकात राहिला, वास प्राणात रमला तरी आचार्यांची अतृप्ती कायमच राहिली.

ते उठून जंगलाबाहेर आले. पुन्हा पाण्यात पडून पोहू लागले. मध्येच ते थांबले. मासे त्यांच्या अंगांगावर खेळू लागले, आचार्यांना बरं वाटलं. असंच कुणीतरी आपल्या अंगाखांद्यावर हळुवारपणे हात फिरवत राहावं, असं वाटलं. ते पुन्हा पोहू लागले. उन्हात उभं राहून त्यांनी मग अंग वाळवून घेतलं. इतक्यात त्यांना आठवलं की बायकोला कांजी द्यायची वेळ झाली आहे. ते मग झपाझप पावलं टाकत अग्रहाराला आले.

पुनश्च कावळे आणि गिधाडं! आचार्यांना कोणीतरी थोबाडीत मारल्यासारखं झालं. घरी येऊन पाहतात तर बायकोचं तोंड तापानं लाल झालं होतं. ‘‘ऐकलंस का...’’ त्यांनी हाक मारली. उत्तर नाही. ताप चढला असेल किंवा काय? पण विटाळशी स्त्रीला शिवायचं कसं? आपल्या नेहमीच्या संकोचाबद्दल त्यांनाच लाज वाटली. त्यांनी मग तिच्या कपाळावर हात ठेवून पाहिला. कपाळावर ओलं फडकं टाकून तिचं पांघरूण नीट करू लागले. अचानक त्यांना काखेत गाठ दिसली. बाप रे! म्हणजे नारणप्पाचा घास घेतलेला रोग! आठवणीनं बाजूला ठेवलेली मुळी उगाळून त्यांनी झपाट्यानं तिच्या तोंडात घातली, औषध घशाखाली उतरलं नाही... आता ही कसली कठोर परीक्षा? आचार्य

बेचैनपणे आत-बाहेर करू लागले. कुठंच मन रमेना. कावळे, गिधाडं बाहेर भांडू लागली होती. त्यांचं डोकं चक्रावल्यासारखं झालं. ते परसात जाऊन उभे राहिले. भांबावल्यासारखे किती वेळ तसेच राहिले.

वेळ कसा गेला समजलंच नाही. संध्याकाळ झाली. कावळे-गिधाडं उडून गेली. आचार्यांना जरा बरं वाटलं. मग ते पुन्हा घरात आले. आजारी बायकोला सोडून आपण बाहेर थांबलो, हे काही बरं नाही, असं वाटून त्यांनी दिवा लावला. 'अगंऽऽ अगंऽऽ' त्यांनी हाक मारली. हूं की चूं नाही. एकाएकी भागीरथीनं कर्कश किंकाळी फोडली. आचार्य गडबडले. त्यांचा जीव घाबराघुबरा झाला. भागीरथीचा ओलसर जीव आपल्या हाताला लागल्यागत ते थरथर कापले. त्यांना एकटं वाटू लागलं.

आपण काय करत आहोत हे समजायच्या आधीच ते नारणप्पाच्या घराकडे 'चंद्री' म्हणून हाक मारत धावत होते. दाराबाहेर उभं राहून त्यांनी पुन्हा दोन-तीनदा हाका मारल्या; पण उत्तर नाही. आचार्य आत गेले. अंधारलेल्या माजघरात स्वयंपाकघरात कुठंच आवाज नाही! आता माडीवर तरी पाहावं म्हणून ते पायऱ्या चढले आणि आठवलं की नारणप्पाचं प्रेत तिथं आहे. त्यांना भीती वाटली. न जाणो...! ते पळत पळत घरी आले आणि बायकोच्या कपाळावर हात ठेवून त्यांनी पाहिलं. तिचं सर्वांग बर्फासारखं थंडगार लागत होतं!

रातोरात कंदील घेऊन ते हातखांब्याच्या सुब्बणाचार्यांकडे गेले. तेव्हा दासाचार्याला जाळून चार ब्राह्मण ओले पंचे डोक्यावर टाकून परततच होते. त्यांनाच आचार्यांनी अग्रहारात नेऊन त्यांच्याच मदतीनं उजाडायच्या आत भागीरथीला अग्निस्पर्श दिला.

'अग्रहारात संस्कार न होता राहिलेलं आणखी एक प्रेत आहे,' असं ते स्वतःशी बोलल्यासारखं म्हणाले,

"उद्या श्री त्याबद्दल काही तरी आज्ञा देतीलच की!" इतर ब्राह्मण सांगू लागले.

"ठीक आहे. तुम्ही चला आता."

जणू आपली तपोभूमीच होऊन राहिलेली भागीरथी धगधगत्या ज्वाळांत एकरूप झालेली पाहून त्यांनी मग पोटभर रडून घेतलं.

आराधनेचं जेवण आटपेपर्यंत अमंगळ बोलू नये म्हणून अग्रहारातील ब्राह्मण गप्प राहिले होते. स्वामींकडून तीर्थ घेऊन झाल्यावर भक्ष्य-भोज्य-खिरीची यथातृप्ती जेवणं झाली. गुरूंनी एकेक आण्याचीच दक्षिणा दिली. 'किती कंजूष आहेत हे यती,' म्हणतच लक्ष्मणाचार्यानं तो आणा कडोसरीला लावला. 'पोरंढोरं नाहीत तरीसुद्धा... पैसा म्हणजे प्राण सोडतील...' तो स्वतःशीच म्हणाला.

दुपारची उन्हं कलली. जेवणं तर आटोपलीच होती. मठाच्या अंगणात, सावलीत सिमेंटच्या जमिनीवर ब्राह्मण बसले. अंगात भगवी कौपीन, गळ्यात तुळशीमाळा, कपाळावर अंगारा, अंगानं गोरेपान. इवलीशी पावलं! अशा लोभस स्वरूपात स्वामीजी त्यांच्यामध्ये खुर्चीवर बसले.

आपल्या पावलांवर हात फिरवीत श्रींनी पृच्छा केली, "प्राणेशाचार्य का आले नाहीत? कसे आहेत? बरे आहेत ना? आमचा निरोप त्यांना मिळाला की नाही?"

गरुडाचार्यांनी घसा स्वच्छ करून घडलेली हकिगत साद्यंत सांगितली.

स्वामीजींनी समाधानानं सर्व काही ऐकून घेतलं. संशयाला जागाच नाही या आविर्भावात ते म्हणाले,

"त्यानं ब्राह्मणधर्म सोडला तरी ब्राह्मणधर्मानं त्याला सोडलं नाही. त्यामुळे शास्त्रोक्त शवसंस्कार करायलाच पाहिजेत; पण त्याच्याबरोबर दोषपरिहारही व्हायला हवा. दोषपरिहार करायचा तर हा जो नारणप्पा आहे, त्याचा सर्व जमीनजुमला, पैसाअडका, श्री-मठाच्या कृष्णदेवांना अर्पण करायला हवा."

गरुडानं धोतरानं तोंड खसखसून पुसून घेतलं आणि मोठ्या धीरानं तो म्हणाला,

"भगवान, नारणप्पाच्या वडिलांचं आणि माझं भांडण होतं, हे आपल्याला माहीत आहेच. त्यापोटी न्यायानं तीनशे सुपारीची झाडं मिळावीत—'

"अहोऽऽ"करीत लक्ष्मणानं मध्येच तोंड घातलं.

"भगवान, यात काहीतरी न्याय पाहिजे. नारणप्पा म्हणजे माझा सख्खा साडू लागत होता. त्याची बायको आणि माझी बायको—"

श्रींचं तोंड रागानं एकदम लाल झालं. आवाज चढवीत ते म्हणाले—

“तुम्ही किती नीच आहात! अनाथांची इस्टेट देवाला मिळावी हा पूर्वापार चालत आलेला संकेत आहे. त्याच्या शवसंस्काराला आम्ही अनुमती दिली नाही, तर तुम्हाला कायम अग्रहार सोडावं लागेल, हे लक्षात असू द्या.”

“आमचं चुकलं” म्हणत दोघांनीही गालावर मारून घेतलं आणि इतर ब्राह्मणांबरोबर तेही श्रींपुढे आडवे पडले. तेव्हा त्यांच्या लक्षात आलं की गुंडाचार्य तिथं आला नाही. चौकशी झाली. जेवणसुद्धा न करता तो मठाच्या माडीवर तापानं झोपला आहे, असं समजलं.

नारणप्पाच्या शवसंस्काराची घाई असल्यामुळे गुंडाचार्याला तिथंच सोडून अग्रहाराचे ब्राह्मण तिथून परतले.

बायकोचा शवसंस्कार झाल्यानंतर आपण पुन्हा घरी यावं, असं काही प्राणेशाचार्यांना वाटलं नाही. पेटीत ठेवलेल्या पंधरा जरीच्या शाली, दोनशे रुपये किंवा मठानं दिलेल्या सोन्यात बांधलेली तुळशीमाळ, काहीच त्यांना घराकडे खेचू शकलं नाही. पाय नेतील तिकडे जायचं म्हणून नेसत्या वस्त्रानिशी ते पूर्वेकडे तोंड फिरवून चालत राहिले.

सूर्य नुकताच उगवला होता. त्या दाट जंगलातल्या झाडांच्या पानांतून मिनतवारीनं निसटलेल्या कवडशांनी जमिनीवर रांगोळी काढली होती. प्राणेशाचार्यांचं या कशाकडेच लक्ष नव्हतं. दमलेले पाय ओढत ते चालत होते. कुठल्या दिशेला आपण चाललो, आणि का चाललो, हेही त्यांच्या हिशेबी नव्हतं.

राखेत राहिलेले भागीरथीच्या हाडांचे तुकडे कोल्हे-कुत्रे आता चघळतील याचीसुद्धा आपल्याला शुद्ध नसावी ना; याबद्दल त्यांना क्षणभर वाईट वाटलं. अग्रहारात थांबून राख गोळा करून अस्थी नदीत टाकून दिल्या असत्या तर बरं झालं असतं, असाही विचार त्यांच्या मनात डोकावला. सगळंच सोडून जर आपण निघालो आहोत, तर आता कुठल्याच ऋणाचा बोजा आपल्या डोक्यावर नाही, असंही वाटलं. पाय नेतील तिथं जायचं ठरवलं आहे, त्याप्रमाणे चालणार, अशी त्यांनी मनाची समजूत घातली. पूर्वी अशा व्यग्र मनाला शांत करण्यासाठी ते 'अच्युतानंद गोविंद' नामस्मरण करीत असत. आताही तसं करावं, असा मोह झाला. 'योगश्चित्तवृत्तिनिरोधः' हेही त्यांना आठवलं. पुन्हा त्यांनी मनाला बजावलं-

ज्या वाटेनं आता आपल्याला जायचं नाही, तिकडे ढुंकून पाहण्याचीसुद्धा जरुरी नाही.

मनाचं समाधान यापुढे नामस्मरणामुळे होणं नाही.

मग त्यांनी पायाजवळच्या रांगोळीकडे पाहिलं.

निरनिराळ्या आकृत्यांतील कवडश्यांकडे मोठ्या कुतूहलानं पाहिलं.

आपलं मन असंच राहू द्यावं.

सर्वांसाठी उघडे.

आकाशात उजेड, झाडाखाली सावली आणि जमिनीवर रांगोळी- सुदैवाने पाण्याच्या थेंबाचा स्पर्श झाला तर इंद्रधनुष्य पाडणाऱ्या उन्हासारखंच आपलं जीवन राहावं.

नुसती एक जाणीव राहावी. एक नवल होऊन आकाशात पंख पसरून तृप्तपणे तरंगणाऱ्या गरुडासारखी.

पाय नेत आहेत, डोळे पाहत आहेत.

कान ऐकत आहेत, सगळं निरपेक्ष आहे.

मग जीवनात काहीतरी अर्थ भरेल.

नाहीतर नुसत्या अपेक्षा, आशा आणि आकांक्षा!

जीव खुरटून आयुष्य म्हणजे तोंडपाठ असलेल्या पाढ्यासारखं बंदिस्त. नवल नाही. तृप्ती नाही.

आता कनकदासाचंच पाहा ना? एक जाणीव, एक नवल म्हणूनच त्यानं जीवनाकडे पाहिलं. त्याच्या गुरूंनी 'कुणालाही न दाखवता केळं खा' म्हणून सांगितल्यानंतर तो त्यांच्याकडे परत आला. म्हणाला, "आपण दिलेलं केळं मी कुठं खाणार? देव तर चहूकडे भरलेला आहे." त्याला देवाच्या अस्तित्वाचा एक अनुभव झाला आणि आपल्याला देव म्हणजे तोंडपाठ येत असलेला एक पाढा. कनकाप्रमाणे आपल्याला कधीच नवल वाटलं नाही. कधीच जाणीव झाली नाही. म्हणूनच नावात राहिलेला, मंत्रात राहिलेला देव आपल्याला वर्ज्य आहे.

एकदा देवाला सोडल्यानंतर गुरुऋण, पितृऋण, देवऋण याबद्दल फिकीर करण्यातही अर्थ नाही. आपले पाय नेतील तिथं जाण्याचं जे ठरवलं तेच योग्य. वाट नसलेल्या जंगलात असंच चालत राहावं. पण तहान-भूक लागली तर-? प्राणेशाचार्यांची विचाराची साखळी तुटली...पाय नेतील तिथं जायचं...!

लांब कुठंतरी गवळ्याचा पोरगा पावा वाजवत होता. गाईगुरांच्या गळ्यांतील घंटांचा मधुर आवाज ऐकू येत होता. तिथंच जवळपास आपले पाय का रेंगाळले? आपल्या मनात काही असो; पाय मात्र लोकवस्ती सोडून लांब जायला तयार नाहीत. आपलं स्वातंत्र्य एवढंच आहे. कदाचित् आपलं जगही एवढंच असेल. मनुष्यसंसर्ग सोडून मी राहूच शकणार नाही.

त्यांना संन्याशाच्या कौपिनाची गोष्ट आठवली. उंदीर लंगोट कुरतडतात म्हणून त्यानं मांजर पाळलं. मांजरीसाठी गाय आणि गाईसाठी बायको!

प्राणेशाचार्य चालता चालता एका फणसाच्या झाडापाशी आले. झाडाखालीच बसले.

आता याबद्दल आपले विचार नीट तपासून पाहिले पाहिजेत. स्वतःचीसुद्धा फसवणूक होता कामा नये. बायकोला अग्नी दिल्यानंतर आपण का निघून आलो? अग्रहारात घाण वास भरून राहिला होता... बरोबर. नाकाला ते वातावरणच अस्वच्छ, अमंगल वाटलं. ठीक आहे. आपल्या मार्गदर्शनासाठी आपल्यावर अवलंबून असलेल्या ब्राह्मणांनाही आपण सोडलं. का?- याला चट्दिशी उत्तर मिळालं नाही. आचार्यांनी मुडपलेले पाय सरळ केले आणि याबद्दल आपल्याकडे काही उत्तर असेल का, म्हणून विचार करू लागले.

त्यांना नकळत त्यांच्या शेजारी एक वासरू येऊन उभं राहिलं. त्यांच्या गळ्याजवळ हुंगून मान वर करून जोरात श्वास घेऊ लागलं. आचार्यांचं अंग पुलकित झालं. त्या वासराचे काळेभोर डोळे पाहून त्यांच्या मनात प्रेम भरून आलं. त्यांनी वासराच्या गळ्यावर हात फिरवला. ते मान वर करून त्यांच्या आणखी जवळ गेलं. हळूहळू त्याला खाजवू लागले. शिंगाजवळ, कानाच्या सांदीत, गळ्याखाली. तेही आपल्या खरखरीत जिभेनं त्यांचे कान, मान, गाल चाटू लागलं. आचार्यांना गुदगुल्या झाल्या. ते उठून उभे राहिले. गंमत करावी म्हणून त्याच्या पुढच्या दोन पायांमध्ये हात धरून 'प प्प प्प-' असा आवाज त्यांनी केला. वासरू चट्दिशी पुढचे पाय उचलून त्यांच्या अंगावर आलं आणि तसंच बागडत दूर गेलं.

आचार्य आठवू लागले, आपण कशाबद्दल विचार करत होतो? माघारी जाऊन आपण त्या ब्राह्मणांत का मिसळलो नाही, हेच ना? पण त्यांचं मन विचारांवर ठरेचना. पोटातला खळगा मोठा होतो आहे हे त्यांना जाणवलं. जवळपास कुठल्यातरी गावात जाऊन भूक भागवावी म्हणून ते चालू लागले. गुरं जंगलात गेल्याच्या पावलांच्या खुणा होत्याच. अध्येमध्ये शेणही पडलं होतं. आचार्य त्या वाटेनं तासभर चालत राहिले. गावच्या शिवेवर असणारं मरीआईचं एक देऊळ त्यांना दिसलं, म्हणजे जवळपासचं गाव ब्राह्मणी नाही.

गावच्या वेशीजवळच्या एका झाडाखालीच ते बसले.

उन्हं चढत होती आणि झाडाच्या सावलीत असूनसुद्धा आचार्यांना तहान लागली. कुणीतरी शेतकरी भेटला तर आपल्याला दूध, फळं आणून देईल असं त्याना वाटलं. म्हशींना तळ्याकडे घेऊन चाललेला एक शेतकरी दृष्टीस पडला. त्यानं आचार्यांना न्याहाळलं. पान-तंबाकूनं त्याचं तोंड भरलेलं होतं. कल्लेदार मिशा, चौकडीचा जरीचा रुमाल. आचार्यांना वाटलं हा कोणीतरी मोठा शेतकरी असावा. अपरिचित माणूस भेटल्याबद्दल त्यांना बरंही वाटलं. तोबरा भरल्यामुळे न तोंड उघडताच त्यांनी 'कुठले?' म्हणून पृच्छा केली. यावरूनच आचार्यांनी ओळखले की यानं आपल्याला ओळखलं नाही. नाहीतर पानभरल्या तोंडानं आपल्यासमोर यायची काय बिशाद? पूर्वीचे संस्कार आणि पूर्वीचे अनुभव विसरून वागायचं म्हटलं तरी जग आपल्याला एक ब्राह्मण म्हणूनच वागवील. त्यांचा जीव गलबलला. पूर्वीचा मान, आदर, काहीच नाही? आपल्या प्रश्नाला उत्तर न मिळाल्यामुळे तो शेतकरी पिंक टाकून, मिशा पुसून घेऊन काहीशा विनयानं विचारू लागला.

"कुणीकडून येणं झालं?"

आचार्यांना त्यातल्या त्यात बरं वाटलं. आपल्या जातीबद्दल शेतकऱ्यानं फारच आदर दाखवला म्हणायचा. त्यांनी नुसताच हवेत हात फिरवला 'असंच...' त्यानं आपल्याला ओळखलं नाही याबद्दल पुन्हा त्यांना समाधान वाटलं.

"घाटाखालचे का?" शेतकऱ्यानं पुन्हा विचारलं. सहसा खोटं उत्तर आचार्यांच्या तोंडातून यायचं नाही; परंतु त्यांच्या तोंडून 'हो' आलं.

"यजमानवारीला निघालाय वाटतं?"

प्राणेशाचार्यांना एकदम मान खाली घालावीशी वाटली. या शेतकऱ्यानं आपल्याला एक यःकश्चित भिक्षुक म्हणून समजावं ना! साहजिक आहे. आपल्या तोंडावरचं पूर्वीचं तेज सगळं पुसून गेलं असणार आणि आपण साध्या भटासारखे दिसत असणार! ठीक आहे. काही वाईट नाही. विनयाचा पहिला धडा सुरू झाला आहे.

पुन्हा त्यांनी "हो" म्हटलं.

“जवळपास कुठं ब्राह्मणाचं घर नाही...” थांबलेल्या म्हशीला टेकून तो शेतकरी सांगू लागला.

“असं?” आचार्यांच्या प्रश्नात निर्लेपपणा होता.

“अदमासे दह-बारा मैलांवर ब्राह्मणाची एक वाडी आहे!”

“असं!” ‘बैलगाडीच्या वाटेनं लांब आहे. मधल्या आडरस्त्यानं थोडं जवळ होईल...”

“ब ऽऽ रं!”

“इथंच विहीर आहे. घागर देतो. पाणी काढून आंघोळ करा. डाळ, तांदूळ देतो. चूल पेटवून अन्न शिजवून जेवा. दमला असाल ना? अग्रहाराला जायचं असेल तर तसं सांगा, गाडीवान शेषप्पा इथंच पाहुण्याकडे आला आहे. तो तिथं जवळच राहतो. पण त्या अग्रहाराला तुम्ही जाणार की नाही कोण जाणे. तिथं एक प्रेत कुजतंय तीन दिवसांपासून! ब्राह्मणाचं प्रेत बरं का! शेषप्पा सांगत होता की त्याची रांड त्याच्याकडे आली होती म्हणून. त्याला आगापीछा कोणीच नाही म्हणे. ब्राह्मणाचं प्रेत कुजायचं म्हणजे काय? शेषप्पा त्या वाटेनं सकाळी आला. सांगत होता की घराघरावर गिधाडं बसलेली आहेत- ”

शेतकरी बडबड करीत तळहातावरची तंबाकू घोळत बसून राहिला.

शेषप्पा आल्याची बातमी ऐकून आचार्यांच्या छातीत धस्स झालं. त्यानं आपल्याला या स्थितीत पाहू नये. इथं जास्त वेळ थांबण्यात अर्थ नाही.

“थोडं दूध आणि केळी दे. लगेच पुढे चालू होईन....” ते शेतकऱ्याकडे पाहून म्हणाले.

“त्यात काय आहे भटजी! आत्ता आणतो. भुकेल्या ब्राह्मणाला गावात ठेवून आम्ही जेवायचं म्हणजे गैर... म्हणून तांदूळ देतो म्हणालो.”

एवढं सांगून तो सरळ चालत गेला. प्राणेशाचार्यांना तिथं चैन पडेना. शेषप्पाच्या नजरेला आपण पडलो तर ते ठीक होणार नाही. ते अंग आवरून बसले. पण सगळं सोडून निघाल्यानंतर आपल्याला याची भीती का वाटावी? त्यांना उत्तर सापडेना, तेवढ्यात शेतकरी परत आला. एका पेल्यात धारोष्ण दूध आणि एका हातात केळी. त्यानं दूध-केळी आचार्यांपुढे ठेवली.

“चांगल्या वेळेला ब्राह्मण गावात आला बघा. एक प्रश्न विचारू?

माझ्या मुलासाठी शंभर रुपये हुंडा देऊन एक मुलगी आणली. आल्यापासून ती झपाटल्यासारखी बसून राहिली आहे. तुम्ही काहीतरी मंत्राचं बघता?''

सवयीनं आचार्य तयार होणार होते; परंतु ब्राह्मणधर्म आता आपल्याला वर्ज्य आहे, हे आठवून ते थांबले. आपण सर्व काही सोडलं तरी समाज आपल्याला सोडायला तयार नाही! ब्राह्मणाची कर्मे करा म्हणून तो आपल्यामागे लागणारसं दिसतं. यातून सुटका कशी? केळी आणि दूध आणून दिलेल्या या अपरिचित शेतकऱ्याला काय सांगावं?

आपण तपोभ्रष्ट आहोत म्हणून, की आपण ब्राह्मणच नाही म्हणून? किंवा सरळ काय असेल ते?

''आज मला मंत्रोच्चार करता येणार नाहीत बाबा. माझ्या जवळचे एक नातेवाईक वारले. त्यामुळे मला सुतक आहे.''

एवढं चांगलं उत्तर सुचल्याबद्दल त्यांचं त्यांनाच बरं वाटलं. दूध पिऊन त्यांनी भांडं परत दिलं. केळी धोतरात बांधून घेऊन ते उभे राहिले.

''या दिशेला दहा मैल चालत गेलात तर मेळगे गाव लागेल. तिथं आजपासून तीन दिवस रथोत्सव आहे. तुम्ही तिथं गेलात तर चांगली संभावना होईल.''

शेतकरी मग पान-तंबाकू चघळत म्हशीमागून चालू लागला.

तो पुरेसा लांब जाताच आचार्य माघारी फिरले आणि पुन्हा जंगलात शिरले. आपला प्रश्न आणखी बिकट झाला, असं त्यांना वाटू लागलं. असा प्रसंग आपल्यावर कधीच आला नव्हता. आपली ओळख कुणाला लागली तर? नकोच ते! पूर्वी कशाबद्दल, कुणाबद्दल असं वाटत नव्हतं. तो निर्भयपणा गेला कसा? अग्रहाराला न परतण्याचं कारण आता त्यांना स्पष्ट झालं. पूर्वीच्या अधिकारानं आपण तिथल्या ब्राह्मणाशी वागू शकणार नाही हीच ती भावना; आणि खोटेपणा तरी किती दिवस करायचा?

जंगलातल्या निःशब्द वातावरणात हळूहळू त्यांचं मन फुलू लागलं. केळी सोलून खात खात ते चालू लागले.

मुळात अहंकार एक जाळणारी चीज आहे. त्या ब्राह्मणधर्माला लाथ मारून नारणप्पा जगला. ती कस्पटासारखी चीज काही स्वतः जळली नाही. इतकंच नव्हे नारणप्पाला जाळण्याचा प्रश्नही त्यामुळेच निर्माण

झाला आणि त्या जाळणाऱ्या चीजेपासून संरक्षण मिळावं म्हणून आपण धर्माला शरण गेलो. शास्त्राला शरण गेलो. देवाची अनन्यभावानं प्रार्थना केली. शेवटी त्या जंगलात... अंधारात...

आचार्य थांबले. घडलं तरी काय आणि कसं, हे जाणून घेण्यासाठी ते मन रितं करू लागले. सगळंच स्वप्नवत् वाटू लागलं.

अकस्मात् झालेल्या चंद्रीच्या स्तनाच्या स्पर्शामुळे अंग मोहरून गेलं. तिच्या हातानं केळी खाल्ली. भूक, थकवा आणि मारुतीच्या मौनामुळे झालेली घोर निराशा. जणू दैवसंकल्पाप्रमाणे घडून आलेला मुहूर्त. त्याच्या मागेही काही नव्हतं. पुढेही काही नाही. अलीकडे पलीकडे निराकार. मध्येच असा एक मुहूर्त वेडा करून गेला आणि काय घडतं हे समजायच्या आत सारं संपलंही होतं. याला आपण जबाबदार का? पण त्या घटकेला आपण असे का वागलो? आपण तेव्हा बदललो म्हणून तर जीव गुदमरतो ना? म्हणजे त्याला आपणच जबाबदार! त्या घटकेला जे घडून गेलं त्याची फक्त आठवण राहिली. तीच आता बोचते आहे. पुन्हा ती आठवण, अपेक्षा होऊ लागली आहे. पुन्हा चंद्रीची आठवण-

आचार्यांचा देह पुन्हा मोहरला. डोळे अर्धोन्मीलित झाले. चंद्रीला शोधत कुंदापूरला जावं असंही वाटलं त्यांना! तर्कशुद्धपणे आपण आपली परिस्थिती समजावून घ्यायची कशी? चंद्रीला शोधत कुंदापूरला गेलो तर आपण वाहवत जात आहोत, असा अर्थ नाही का होणार?

आपलं व्यक्तिमत्त्व भ्रष्ट झालं आहे. नवीन रूप नाही. गर्भकोशातून घाईघाईनं हुसकलेल्या राक्षसपिंडासारखी आपली अवस्था झाली आहे. जंगलात त्या दिवशी चंद्री भेटली. आकस्मिकपणे. हे तरी खरं का? आकस्मिक आली ही गोष्ट खरी; आपण तिची अपेक्षा केली नव्हती, हीही गोष्ट तितकीच खरी. हातांना स्तनाचा स्पर्श झाला आणि- खरा प्रश्न इथंच आहे.

त्याच क्षणी आपण ठरवायला हवं होतं- आपण इकडे झुकणार की तिकडे? माझं शरीर झुकलं हे महत्त्वाचं नाही. पण अंधारात याच हातांनी शोधले ना आपणच चंद्रीचे स्तन! नितंब, पुष्ट अंगांग. कधीही कुठल्याही धर्मप्रश्नाबद्दल आपण इतक्या तन्मयतेनं शोधाशोध केली नव्हती. इकडे की तिकडे ठरायच्या आधीच चंद्रीला भोगायचं हे चुटकीसरशी ठरलं! काय विचित्र परिस्थिती! निश्चय करून वागण्याची

जबाबदारी आपली होती. म्हणून तर निश्चयाला महत्त्व आहे. त्यामुळेच कुणाच्याही व्यक्तिमत्त्वाला आकार येतो. रूप येतं. रंग येतो.

कसं जगावं हे ठरवून नारणप्पा जगला, मीही काहीतरी ठरवलं होतं आणि एका वळणावर न कळत फिरलो. का फिरलो हे स्पष्ट होईपर्यंत समाधान लाभणार नाही. जीवनात द्वंद्व निर्माण झालं. दोन सत्यांच्या मध्ये आपण त्रिशंकू झालो. ऋषीमुनींच्या जीवनात असले प्रसंग आलेच नसतील का? मत्स्यगंधेशी रममाण होऊन व्यासांना जन्मास घालणाऱ्या त्या महानुभावाला कसं वाटलं असेल? तपोभ्रष्ट झालेल्या विश्वामित्रालाही हाच प्रश्न पडला असेल का? का द्वंद्वात जगूनही ते द्वंद्वातीत राहिले?

परमात्म्याला भेटायची घाई आपल्याला कधीच नव्हती. ती होती आपल्या परमप्रिय महाबलाला! त्या बालमित्रात तेवढी एकच आकांक्षा बलवत्तर होऊन राहिली होती. दोघंही मिळून काशीला गेलो. मित्र अत्यंत बुद्धिमान गोरागोमटा, किडकिडीत, उंच. त्याला न उमजणारा विषयच नव्हता. गुरुजी पाठ सांगतानाच पुढचं तो अंदाजानं समजून घ्यायचा. त्याच्याबद्दल आपल्याला द्वेष वाटू लागला. आपण तसे त्याच्या मानानं रूपात, बुद्धीत जरा डावेच. आपण माध्व आणि तो स्मार्त, हे आपल्या मैत्रीत आड आलं नव्हतं. आपण हट्टानं माध्व मताचं प्रतिपादन करीत असू. तो म्हणायचा 'परमात्मा मुख्य आहे. बाकी सर्व गौण.' पण परमात्म्याच्या अनुभवाला एक मार्ग नको का? तो म्हणजे द्वैताचा! आपण आग्रहानं सांगत असू. त्याचं उत्तरही चमत्कारिक; पण ठाम असायचं. 'वैकुंठ' म्हणजे वाटेवरचे गाव की काय? आपण असू तिथं वैकुंठ अवतरलं पाहिजे.

तर्कमीमांसेपेक्षा त्याला संगीत प्रिय असायचं. कधी जयदेवाचं गीत-गोविंद तो गाऊ लागला म्हणजे गोकुळात असल्याचा भास व्हायचा. 'ललित लवंग लतापरिशीलन कोमल मलय समीरे' मित्राच्या आठवणीनं आचार्य गदगदले. देवा, असा मित्र मला नंतर कुठंच भेटला नाही. कुठं असेल तो महाबल? काशीत असतानाच तो आपल्यापासून लांब गेला. का ते समजलं नाही. आपल्याला फार वाईट वाटलं. अहोरात्र आपण महाबलासाठी कासावीस झालो होतो. आयुष्यात असं कुणाबद्दलही वाटत नव्हतं. इतक्या उत्कटपणे आपण कुणावरही प्रेम केलं नव्हतं. त्याच्या डाव्या गालावर एक मस आहे.

त्याचा तो व्याकूळ चेहरा आठवून एखाद्या दिवशी जीव रडकुंडीला यायचा. तो भेटत नव्हता असं नव्हे; पण रमत नव्हता. आपल्यापासून पळून जायचा. एकदा तर पसारच झाला. पाठाला येणं बंद केलं. काशीच्या गल्लीबोळातून त्याला शोधत आपण फिरलो. कुणी वामपंथीयांनी त्याचा बळी तर दिला नसेलना, म्हणून वेडेपिसे झालो. पण मग दिसला.

एका घराच्या चावडीवर बसला होता. आपण आश्चर्यानं त्याच्याकडे पाहिलं- गुडगुडी ओढत एकटाच बसला होता. आपण धावतच त्याच्याकडे गेलो. त्याचा हात धरून उठवू लागलो. जड झालेले डोळे उचलून तो आपल्याला म्हणाला, "प्राणेश, तू जा पाहू."

आपण त्याला सोडलं नाही. धरून खेचलं आपल्याबरोबर. चल म्हणून उठवलं. त्याला राग आला. म्हणाला-

"तुला खरं सांगू? मी अभ्यास-पाठ, सर्व काही सोडून दिलंय. आता मी कशासाठी जगतो माहीत आहे? दाखवतो ये."

आपल्याला त्यानं आत नेलं. एका पलंगावर एक पोरगी झोपी गेली होती. तिच्या अस्ताव्यस्त कपड्यावरूनच कोणीही ओळखलं असतं ती वेश्या होती!

आश्चर्यानं भीतीनं आपल्याला कंप भरला. "समजलं प्राणेश? आता तू माझ्याबद्दल काहीही विचार करू नकोस. चालायला लाग."

आपण तसेच बाहेर पडलो. मन दगडासारखं केलं. भ्रष्ट झालेल्या महाबलाच्या विरुद्ध दिशेनंच जीवन कंठीन, असा पण करूनच अग्रहारात आलो आणि इथं नारणप्पा भेटला! स्वभावात किती साम्य, एरवी फरक असूनसुद्धा!

आता वाटतं, महाबलाला भेटावं. त्याला विचारावं, तुझ्या स्वेच्छेनं जीवनाची दिशा बदलायला तुला काय झालं? कोणत्या अनुभवामुळे, मोहामुळे तू असा वाहवत गेलास? आणि मी आता काय करू? 'स्त्रीसुखाच्या एका अनुभवानं जीवन परिपूर्ण, समृद्ध होतं की काय?

आता कुठे उलगडा झाला. प्राणेशाचार्य उठून चालू लागले. मूळ सगळं याच्यात आहे. महाबलामुळे झालेली निराशा मनात तशीच खोल रुजलेली असणार. नारणप्पात अप्रत्यक्षपणे आपण महाबलाला पाहिलं. काशीला आपण हरलो ते अग्रहारात तरी जिंकावं म्हणून प्रयत्न केला.

पण इथंही हरलो. ज्याच्याविरुद्ध झगडत आलो त्याच्याशी एकरूप झालो का? कुठं? कसं? शोधण्यात आता अर्थ नाही. सर्व एकात एक अडकलं आहे.

महाबलापासून नारणप्पापर्यंतचा आपला हट्ट. आपण वाचलेलं पुराण, त्याचा आपल्या मनावर झालेला परिणाम, शेवटी आपल्याला रूपीच्या स्तनाबद्दल झालेला मोह आणि आताचं आपलं स्वरूप- हे सर्व कसं सुसंगत आहे. केवळ औटघटकेचा तो मोह नव्हता. चंद्रीची भेट झाली हे एक निमित्त झालं. पण आत कुठंतरी आपल्याला नकळत सारं आकार घेत होतं आणि संधी सापडताच उसळून बाहेर आलं. कोठीच्या खोलीतून उंदरानं उडी मारावी तशी आचार्यांना पुन्हा अग्रहाराची आठवण झाली. आपल्या स्वरूपाचं जणू काही प्रतिबिंबच होता तो अग्रहार. तिथून पळून जायला पाहिजे. चंद्री असेल तिथं जावं. महाबलाप्रमाणे राहावं. म्हणजे तरी आपल्या जीवनाला एक स्पष्ट आकार येईल. या त्रिशंकू अवस्थेतून सुटका मिळेल. कुणाला नकळत आपण आता निघून जावं, हे चांगलं.

आचार्य असं स्वतःशी म्हणत असतानाच त्यांना भास झाला की कोणीतरी आपल्या मागे येत आहे. कोणाचे तरी दोन डोळे आपल्यावर रोखले गेले आहेत. मग ते ताठपणे चालू लागले. मागे फिरून पाहावं असं त्यांना वाटलं. किंचित् भीती वाटली. मागे सळसळल्याचा आवाज आला. आता राहवलं नाही. आचार्य वळून उभे राहिले. लांबून, मिसरूड फुटलेला एक तरुण झपाझपा पावलं टाकत येत होता. प्राणेशाचार्य पुन्हा वेगानं चालू लागले, तसा तोही झपझप चालू लागला. तो काही हटेना. नाही म्हटलं तरी उसळत्या रक्ताचा गडी. तो जवळ आलाच आणि आपल्या ओळखीचा निघाला तर? आचार्यांनी पुन्हा वेग वाढवला. पण अंतर कमी होऊ लागल्याचं त्यांना जाणवू लागलं. आचार्यांचे पाय दुखू लागले आणि त्यांचा वेग मंदावला. मागे मागे येणारा तो बरोबरीला आला. दम घेत तो त्यांच्याबरोबर हळू हळू चालू लागला. कोण असावा म्हणून आचार्यांनी निरखून पाहिलं. ओळख लागेना.

"मी माळ्यांच्यापैकी. पुट्टा माझं नाव. मेळगीच्या रथोत्सवाला चाललो आहे, आपण कुणीकडे?"

त्यानंच सुरुवात केली. प्राणेशाचार्यांना त्याच्याशी बोलणे रुचलं

नाही. काय बोलावं हे न सुचल्यामुळे त्यांनी त्याच्या तोंडाकडे फक्त पाहिलं. सावळा रंग, तोंडावर घर्मबिंदू. सरळ लांबट नाकामुळे तोंडावर करारीपणाची छटा. डोळे जवळजवळ आणि बारीक. त्यांच्याकडे पाहिलं तर कुणीही कासावीस व्हावं. डोक्यावर केस ठेवले होते. धोतर आणि शर्टात तो शहरातल्यासारखा वाटत होता.

"तुम्हाला पाठमोरं पाहिलं. तुमची चालण्याची ढब पाहिली आणि वाटलं कुणीतरी ओळखीचं असावं. तुमचा चेहरा पाहिला.. तुम्हाला कुठं तरी पाहिल्यासारखं वाटतं."

एरवी खेडेगावच्या लोकांनी अपरिचितांशी बोलायला सुरुवात करण्याची पद्धतच ही. परंतु आचार्यांना बेचैन वाटलं. "नाही. मी घाटाखालचा. यात्रेला निघालोय." आचार्य तुटकपणे बोलले.

"असं, असं. घाटाखालचे बरेच लोक माझ्याही ओळखीचे आहेत. माझी सासुरवाडी तिकडेच. मधे मधे मी जाऊन येत असतो. घाटाखाली आपलं कुठलं गावं?'

"कुंदापूर."

"कुंदापूर? मग तिथल्या शिनप्पय्याची ओळख असेल?"

"नाही." एवढंच सांगून आचार्य गडबडीनं चालू लागले; परंतु पुट्टा त्यांना सहजासहजी सोडायला तयार नव्हता.

"ते, शिनप्पय्या आमच्याजवळचे; माझ्या सासऱ्यांचे ते चांगले स्नेही. माझी मेहुणी, त्यांच्या दुसऱ्या मुलाला दिली आहे."

"असं का?"

आचार्य आपले चालतच राहिले. पण सोडलं तरी न सुटणाऱ्यांपैकी प्राणी होता हा पुट्टा. त्याला घाई असली तर तो पुढं जाईल, या हिशेबानं आचार्य एका झाडाखाली बसले. पुट्टाला त्यामुळे बरंच वाटलं असावं. 'हुश्श' म्हणून तोही बसला आणि खिशातून बिडीचं बंडल आणि काडीपेटी काढून त्यानं आचार्यांच्या पुढे धरली. ते नको म्हणाले. पुट्टानं एक बिडी शिलगावली. आपल्याला मिळालेली विश्रांती पुरे असं दाखवत आचार्य उभे राहिले. चालू लागले. पुट्टाही उठून चालू लागला.

"वाटेत कुणी बोलायला मिळालं, तर वाट सरलेली समजत नाही, नाही का? आपल्याला तरी सारखं कुणीतरी बोलायला पाहिजे-" हसऱ्या चेहऱ्यानं पुट्टा त्यांच्याकडे पाहत चालू लागला.

प्राणेशाचार्यांनी भागीरथीच्या शवाला संस्कार करून झाल्यानंतर लगेचच गाव सोडलं.

नंतर तास दोन तासांत पारिजातपुरातल्या लोकांना बऱ्याचशा गोष्टी समजल्या. नारणप्पाचं शव कुणी तरी जाळलं. घटकाभर धैर्य करून नारणप्पाचं शव जाळण्याच्या इराद्यानं आलेले ते पाच जण मात्र आपण काय पाहिलं हे कुणाला न सांगता गप्पगार राहिले. एकामागोमाग झालेल्या मृत्यूमुळे सावकार मंजय्याचं धाबं दणाणलं. त्यानंतर दासाचार्य. आता प्राणेशाचार्यांची बायको! याचा अर्थ एकच- हा एक संसर्गजन्य रोग आहे. शिवमोग्याच्या बाजारपेठेत, कोर्टकचेरीत ते पुष्कळदा जाऊन आलेले. पारिजातपूरच्या अग्रहारातील ब्राह्मणांचं म्हणणं असं की नारणप्पाच्या अपमृत्यूमुळे आणि त्याचा शवसंस्कार न केल्यामुळे ही बाधा झाली. त्यावर मंजय्या फक्त हसले. 'परवा परवाच आपल्याकडे उपीट खाऊन गेलेल्या दासाचार्यांचं असं व्हावं ना?' त्यांना वाईटही वाटलं. अशा माणसाला आपण घरात घेतलं होतं, याबद्दल त्यांना आतल्या आत भीतीही वाटली. दुर्वासपूरच्या अग्रहारातल्या ब्राह्मणांनी नारणप्पाच्या मरणाची वार्ता आणली, तेव्हाच त्यांना संशय आला होता; परंतु तोंडावाटे त्या भयंकर रोगाचं नाव घेणंही त्यांना भीतिदायक वाटलं होतं. आपण कशाला अधिक चौकशी करा, म्हणून ते गप्प राहिले; आणि आता तर सांगतात की घरोघरी उंदीर पडताहेत, अग्रहार सोडून लोक पळत आहेत. घराघरांवर गिधाडं बसून त्यांना टिपत आहेत. संशयाला जागाच नाही. आपल्याला वाटलं ते सोळा आणे खरं आहे. शिवाय कालच टपालातून आलेल्या- आठवड्यापूर्वीच्या का असेना - 'तायनाडू' वार्तापत्रात एका कोपऱ्यात बातमी छापून आली आहे- 'शिवमोग्यात प्लेग.' नाराणप्पानं दुर्वासपुरातल्या अग्रहारात प्लेग आणला. वणव्यासारखा पसरणारा रोग तो. इतके दिवस गप्प बसून, कुठल्यातरी खुळचट धार्मिक भावनेच्या आहारी जाऊन त्याच्या शवाला न जाळता ठेवून दिलं, हेच चुकलं. स्वतःच्या पायावर धोंडा पाडून घेतल्यासारखं झालं. आम्ही तरी किती मूर्ख! नदी ओलांडून प्लेग केव्हाही पारिजातपुरात घुसेल. प्लेगनं मेलेल्या एखाद्या उंदराला कावळ्यांनी आणून इथं टाकलं तरी पुरे! सर्वांना ऐकू येईल अशा

आवाजात ते ओरडले, 'मी बाजाराला जाऊन येईपर्यंत कुणी दुर्वासपुरा-जवळसुद्धा फिरकू नका.'

आपण या अग्रहाराचे मुख्य. इथल्या लोकांना सावध करायचं काम आपलं. तरी भीती वाटते.

कमान लावलेल्या बैलगाडीत बसल्यावर मंजय्यांनी गाडीवानाला फर्मावलं-

"आता तीर्थहळ्ळीला जायचंय. जरा घाई कर."

त्यांच्या व्यवहारी मनाने चार गोष्टी तेवढ्यात ठरवल्या. पहिली म्हणजे तिथल्या नगरपालिकेला कळवून दुर्वासपुरातील प्रेत हलवायचं. दुसरं, डॉक्टरना बोलावून सर्वांना टोचून घ्यायचं आणि पंप मागवून उंदराची बिळं विषानं भरून टाकायची. मुख्य म्हणजे जरूर पडल्यास आपण अग्रहार सोडायची तयारी ठेवायची.

'मूर्ख लोक आहेत लेकाचे' असा जपच त्यांनी चालवला होता. बैलाचं शेपूट पिरगाळत गाडी पळवणाऱ्या गड्याला मध्येच ते लकडा लावीत-. 'हाण बाबा, जोरात हाण!'

मठातून निराश होऊन परतलेले गरुडाचार्य, लक्ष्मणाचार्य यांच्याबरोबर इतरही ब्राह्मण, पद्मनाभाचार्य ताप येऊन झोपला होता त्या अग्रहाराला आले. पद्मनाभाला शुद्ध नव्हती आणि हे त्याच्या बायकोला सांगण्यासाठी एक ब्राह्मण तिच्या माहेरी गेलाही होता. दुसरा एक डॉक्टरना आणायला म्हणून तीर्थहळ्ळीला गेला होता. गरुडाचार्यांची घाबरगुंडी उडाली. मठात गुण्डाचार्य झोपला. हातखांब्याला दासाचार्य झोपला आणि इथं तर पद्मनाभाचार्यांची वाचा बसली. अग्रहारावर काहीतरी गंण्डातर आलंय हे निश्चित. नारणप्पाच्या शवसंस्काराला आडव्या आलेल्या गरुडाचार्याला चार-चौघांत लक्ष्मणचार्यानं हे सुनवलं, पण भांडायची ही वेळ नव्हे. 'घाईनं शवसंस्कार करा आणि देवाला साकडं घाला' असं जमलेल्यांनी सांगितलं. अनिच्छेनं पद्मनाभाचार्याला तिथंच सोडून बाकीचे पुढे गेले. निघायच्या आधी तिथल्या ब्राह्मणांना गरुडाचार्यानं हात जोडून सांगितलं "कृपा करून इथं जे डॉक्टर येतील त्यांना मठाला घेऊन जा. आणि तिथं झोपलेल्या गुंण्डाचार्याला पण दाखवा."

वाटेत कुणालाच बोलावंसं वाटलं नाही. गरुडाचार्यानं मनातल्या मनात मारुतीची क्षमा मागितली. दडपलेल्या मनानं ते सर्व हातखांब्याला

आले आणि दासाचार्य गेल्याचं समजलं! भागीरथीचं सोनं झालं होतं. ब्राह्मणांना गरगरल्यासारखं झालं. आपलं सजलेलं जग असं अचानक कसं अस्ताव्यस्त होऊन गेलं? एकदम अंधारात भूत दिसावं तशी त्यांची वाचा बसली. मुलांप्रमाणे भिंतीला डोकं टेकवून ते मनसोक्त रडले. तिथल्या सुब्बण्णाचार्यांनी सर्वांना समजावून सांगितलं. धीर दिला "विधिलिखित अटळ असतं. शोक आवरा."

पुष्कळ वेळ अबोल बसलेल्या गरुडाचार्यानं क्षीण आवाजात विचारलं, "आमच्या अग्रहारात अजून उंदीर पडताहेत का?"

"म्हणजे काय?" सुब्बण्णाचार्यांनी विचारलं.

"काही नाही. घराघरावर गिधाडं येऊन बसतात?"

"संस्कार संपवून टाका. सर्व काही ठीक होईल." सुब्बण्णाचार्यांनी उपाय सांगितला.

"मी काही अग्रहाराला जाणार नाही." गरुडाचार्य म्हणाला "त्या कुजलेल्या प्रेताचा संस्कार तरी कसा करायचा? चार गाडी लाकडंसुद्धा त्याला पुरायची नाहीत..."

"उठा, आता निघू या." लक्ष्मणाचार्यानं घाई केली.

"मी दमलो आहे, तुम्ही पुढे व्हा." गरुडाचार्य बसल्याबसल्याच म्हणाला.

"व्यवहार जाणणारे तुम्हीच असे हातपाय गाळून बसलात तर कसं होणार?" सुब्बण्णाचार्य.

"मला जमायचं नाही."

"उठा, उठा." लक्ष्मणाचार्य म्हणाला.

"अग्रहारात कुणीच नाहीत. गाईगुरांची काय वाट? त्यांना सोडणार कोण, बांधणार कोण, दूध कोण काढणार?"

"होय, होय, खरं आहे." बाकीच्या ब्राह्मणांनी सूर मिळविला.

हरी हरी म्हणत ते सर्व अखेर निघाले. चालता चालता राघवेंद्र मोठमोठ्यानं स्तोत्र म्हणत होता.

पंजुर्ली नावाच्या भुताला कोंबडीचा बळी देऊन, शिवाय पुढच्या अमावास्येला मेंढी देऊ, असं सांगूनसुद्धा रूपीचे आई-वडील टिकले नाहीत! भागीरथी मेली त्याच रात्री ते दोघे पण मेले. रूपीचा आरडाओरडा

ऐकून आजूबाजूचे महार गोळा झाले. अंधारात त्या झोपडीभोवती बसून घटकाभर रडले. मग ती झोपडीच सर्वांनी पेटवून दिली. क्षणार्धात त्या ज्वाळांनी त्या दोन प्रेतांची विल्हेवाट लावली. रूपीला भीती वाटली. जायचं कुठे? ती अंधारातच तिरीमिरीनं वाट फुटेल तिकडे पळत सुटली.

माळ्यांचा पुट्टा, आचार्यांना प्रारब्धासारखा घट्ट चिकटून राहिला! थांबले तर थांबायचा; बसले तर बसायचा. जोरात चालले तर जोरात. नाहीतर सावकाश; परंतु त्यांची पाठ काही तो सोडेना. आचार्य वैतागले. घटकाभर डोळे मिटून बसावं, चिंतन करावं म्हटलं, तरी तो त्यांना सोडीना. त्याची वटवट सारखी सुरू. आपण कितीही तुटकपणे वागलं तरी गुळासारखा चिकटला आहे. आपण वेदान्तशिरोमणी प्राणेशाचार्य हे त्याला माहीत नाही. त्यामुळे एखाद्या फडतूस ब्राह्मणाप्रमाणे आपल्याला वागवत आहे.

'पायताणाशिवाय फार चालू नये,' असा बुद्धिवादही त्यानं सांगितला. ''तीर्थहळ्ळीला हातानं शिवलेले जोड तीन रुपयांना मिळतात. पैसा मुख्य की आराम मुख्य?'' असंही त्यानं विचारलं. ''माझे जोडे पाहा! वर्ष झालं, अजून झिजले नाहीत'' म्हणून त्यानं आपली पायताणं काढून दाखविली.

''मला बोलायला फार आवडतं,'' तो म्हणाला. ''आता एक कोडं सांगतो, त्याचं उत्तर सांगा पाहू.''

आचार्यांनी किती म्हणून सहन करून घ्यायचं? हा आपल्याला कोण समजतो? -त्यांनी कसातरी राग आवरला, ते पुट्टाच्या खिजगणतीत नव्हतं. तो सांगू लागला-

''एक नदी आहे. एकच होडी आहे. त्यात एका वेळी दोनच बसून जाऊ शकतात. एक माणूस, एक वाघ, एक गाय आणि गवताचा भारा एवढं आहे. वाघ गाईला खातो. माणूस जवळपास नसला तर गाय गवत खाते. या तीनही गोष्टी त्यांनी नदीच्या पलीकडे कशा न्यायच्या सांगा पाहू! तुमचं डोकं किती सुपीक आहे ते पाहू?'' एवढं सांगून त्यानं मोठ्या मजेत एक विडी पेटवली. राग कितीही अनावर झाला असला तरीही ते कोडं आचार्यांना सतावू लागलं. प्राणेशाचार्यांना उत्तर सुचलं,

पण सांगायचं तर अभिमान आडवा येऊ लागला. त्याला उत्तर सांगितलं तर स्नेहासाठी हात पुढे केल्यासारखं होईल, नाही सांगितलं तर तो आपल्याला बुद्दू समजेल! अशा वेळी काय करावे? मूर्खपणाच पत्करावा की काय? ते विचार करू लागले.

"उत्तर सुचलं का?" झुरका घेत पुट्टानं विचारलं. आचार्यांना त्याच्याशी बोलण्याची इच्छासुद्धा झाली नाही. त्यांनी नुसती नाही म्हणून मान हालवली. पुन्हा जोरजोरात हसला. आचार्यांनी त्याचं उत्तर अखेर सांगितलं. या वेड्या ब्राह्मणाबद्दल पुट्टाला आदर वाटू लागला.

"आता दुसरं कोडं..." तो म्हणाला.

आचार्यांनी वैतागानं म्हटले "नको-नको."

"जाऊ द्या, तुम्हीच एक कोडं सांगा. मला हरवा. फिटंफाट!"

"मला कोडी येत नाहीत."

पुट्टाला वाईट वाटलं. आता यांच्याशी काय बोलावं, त्याला प्रश्न पडला.

"अहो, तुम्हाला माहीत आहे, तुमच्या कुंदापूरच्या यक्षगान मेळ्यात तोंडाला रंग लावून काम करत होता, तो श्याम? बिचारा मेला म्हणे!"

"मला माहीत नाही." आचार्य म्हणाले.

"मग तुम्हाला गाव सोडून फार दिवस झाले असावेत..."

त्यांच्या वाटेला आता दोन फाटे फुटले होते. आचार्यांना आनंद झाला.

"तुम्ही कुठल्या वाटेनं जाणार?" त्यांनी पुट्टाला विचारलं. "असं..." पुट्टानं एक वाट दाखवली. "मग मी या वाटेनं जाणार आहे," आचार्यांनी दुसरी वाट दाखवली.

"कुठल्याही वाटेनं गेलं तरी मेळगीलाच जातो की! ही वाट जरा लांबची आहे; पण मला काही घाई नाही. तुमच्याचबरोबर मी... ' पुट्टानं पिशवीतून गूळ-खोबरं काढून आचार्यांना दिलं. आपणही खाऊ लागला. प्राणेशाचार्यांना भूक लागली होती, त्यामुळे त्यांचा पुट्टाबद्दलचा तिरस्कार थोडा कमी झाला. कुठंही गेलं, काही झालं तरी माणसांची सोबत काही चुकायची नाही. ती पाठीला लागूनच येते. गूळ-खोबरं खाता खाता पुट्टा मोठ्या आपुलकीनं बोलू लागला-"

"तुमचं लग्न झालं असेल नाही? झाल्याशिवाय राहील कसं म्हणा!

मी तरी कसला मूर्ख? मुलं किती? - मुलंच नाहीत? अरेरे!! मला दोन मुलगे आहेत. माझी बायको कुंदापूरची म्हणून आधीच सांगितलंय, नाही का? काय सांगायचं! हसावं की रडावं कळत नाही पाहा. तिला आई-वडील म्हणजे जीव की प्राण. महिन्या-दोन महिन्यांनी माहेरी जायचा हट्ट धरते. बसला दोन रुपये भाडं. या दिवसांत कसं परवडेल सांगा? सांगितलं तर ऐकत नाही. दोन मुलांची आई झाली तरी अक्कल नाही. तशी लहान आहे म्हणा. माझी सासू जरा कटकट करते. पण सासरेबुवा समजूतदार आहेत. व्यवहार जाणतात. माझी सासू म्हणते- मुलीला मारायचा जावयाला काय अधिकार? पण सासरे कधी असं म्हणायचे नाहीत. मारूनसुद्धा ही ऐकत नाही. माहेरी पाठवलं नाही तर विहिरीत जीव देईन म्हणते! आता काय करावं? एवढी एक वाईट सवय सोडली तर माझी बायको चांगलीच आहे. स्वयंपाक म्हणा, भांडी घासणं म्हणा, सारं काही पद्धतशीर. काही थोडं सोडायला लागतंच. हो की नाही?''

प्राणेशाचार्यांना उत्तर सुचलं नाही. ते फक्त हसले. पुट्टाही हसला. ''बायकांचं मन आणि माशाचं पाऊल कुणाला उमजायचं नाही बघा.''

''खरं आहे. खरं आहे!'' आचार्य म्हणाले.

थोडा वेळ का होईना, पुट्टाचं बोलणं खुंटलं. आपल्या बायकोच्या मनाचा तो थांगपत्ता लावीत असावा, असं आचार्यांना वाटलं.

थोडी उसंत लाभताच आचार्यांपुढे स्वतःच्या जीवनाचं कोडं उभं झालं. आपण बारकाईनं पाहिलं नाही. नारणप्पाशी, महाबलाशी आपल्या बायकोशी, अग्रहारातल्या इतर ब्राह्मणांशी, आपण ज्या धर्माचा आश्रय घेतला त्याच्याशी, आपला संबंध काय होता आणि काय असावा हे ठरविण्याची घटिका त्या जंगलात प्रथमच आकस्मिकपणे दत्त म्हणून उभी राहिली आणि आपण बदललो. त्याचा परिणाम आपल्या एकट्यावर झाला नाही, अग्रहारावरही झाला. प्रश्न आपल्या एकट्याचा नाही. ज्या समाजाशी एकरूप होऊन आपण राहिलो, त्या अग्रहाराचाही आहे. यामुळेच धर्मसंकट निर्माण झालं. नारणप्पाच्या शवसंस्काराचा प्रश्न आला. वैयक्तिक दृष्टीनं आपण त्याच्याकडे कधीच पाहिलं नाही. धर्मशास्त्राप्रमाणे प्रश्न सोडवायला गेलो, देवाला साकडं घातलं. धर्मशास्त्राला आपल्यासारख्यांनीच जन्म दिलाय ना?

व्यक्ती आणि समाज यांचा फार घनिष्ठ संबंध आहे म्हणूनच आपल्या धर्मकृत्यांतसुद्धा आपण माता, पिता, गुरू सगळ्यांना साक्ष ठेवतो. म्हणून तर धर्मसंकट आहे. त्या चंद्रीला आपण भोगली तेव्हा धर्मसंकटाची जाणीव झाली का? आपण असे किंवा तसे म्हणून विचारपूर्वक निर्णय घेतला का? आता तर सर्वच अंधूक, अस्पष्ट झालं आहे. त्या कृत्यामुळे आपण भूतकाळापासून, ब्राह्मणांच्या समाजापासून, बायकोच्या जीवनापासून, आपल्या दृढ श्रद्धेपासून, लांब फेकलो गेलो आणि आता आपण वाऱ्याबरोबर फरफटत आहोत. यातून सुटका तरी केव्हा?

"आचार्य... " पुट्टाने हाक मारली.

"काय बुवा?"

"अजून थोडं गूळ-खोबरं देऊ का?"

"दे?" आचार्यांना भूक होतीच. पुट्टानं पिशवीतून गूळ-खोबरं काढून दिलं.

"वाटेत सारखं चालून कंटाळा येतो नाही? तुम्हाला आणखीन एक कोडं सांगतो. उत्तर सांगा- खेळतंय पळतंय, थांबून बघतंय- काय सांगा?" पुट्टानं एक विडी पेटवली.

जणू स्वप्नातच आहोत अशा समजुतीनं आपण चंद्रीशी वागलो. विचारपूर्वक निश्चय केला नाही. म्हणून ही त्रिशंकू स्थिती झाली. स्वेच्छेनं, पूर्ण जाणिवेनं निश्चयपूर्वक एखादं काम करण्यानंच यातून सुटका होईल. सध्या आपण म्हणजे वाऱ्यावरील एक धागा. किंवा देईल तो आकार घेणारा ढग. सध्या आपण एक वस्तू आहोत. स्वतः केलेल्या निर्धारानंच माणसाचं व्यक्तिमत्त्व बनत असतं. तसं केलं तरच आपल्या कृत्याला आपण जबाबदार राहतो. याचा अर्थ असा की वाट फुटेल तिकडे जाऊन प्रश्न सुटायचा नाही, तसं केल्यानं मी एक वस्तू होऊन राहीन, मनुष्य नव्हे! मग काय करावं? सरळ बस पकडून कुंदापुरला जावं. चंद्रीला जवळ करून जीवन कंठावं? जाणीवपूर्वक जीवन भोगावं. म्हणजे आपला पुनर्जन्म होईल-

"उत्तर सुचलं?" पुट्टा हसत म्हणाला.

"खेळतोय तो मासा. पळतय ते पाणी; थांबून बघतोय तो दगड," प्राणेशाचार्यांनी उत्तर दिलं.

"वारे वा! तुम्ही जिंकलात. आमच्या गावी मला काय म्हणून

ओळखतात माहीत आहे? कोड्याचा पुट्टा म्हणतात! माझ्याबरोबर शंभर मैल चला, मी मैलाला एक याप्रमाणे कोडी सांगत जाईन.'' पुट्टानं विझलेली विडी फेकून दिली.

उन्हातान्हातून ताबडत गरुडाचार्य, लक्ष्मणाचार्य आणि इतर ब्राह्मण, दुर्वासपूरला पोहोचले, तेव्हा उन्हं कलती झाली होती. भीत भीत ते अग्रहारात पोहोचले. घरांवर गिधाडं दिसली नाहीत. त्यातल्या त्यात सर्वांना बरं वाटलं.

''घरची गुरंढोरं कुठं आहेत पाहून येतो. तुम्ही पुढं व्हा.'' लक्ष्मणाचार्यानं सुचवलं.

गरुडाचार्य चिडला. म्हणाला, ''आधी संस्काराचं काम. मग बाकी'' लक्ष्मणाचार्य वरमला.

सगळे मिळून प्राणेशाचार्यांच्या घरी आले. त्यांचं सांत्वन करावं, हा हेतू; परंतु हाक मारली तरीही उत्तर नाही, पाऊल टाकले तर मेलेल्या उंदराचा वास. मग कुणीच घरात गेले नाहीत. सगळे रस्त्यावर थांबले. चेहरे पडलेले. बोलणं सुचत नव्हतं. चालून चालून दमलेल्या जीवांना कुठं बसावं सुचेना. नारणप्पाच्या घरी जाऊन त्या शवाकडं पाहण्याचं कुणालाही धाडस होत नव्हतं.

गरुडाचार्याला वाटलं, प्राणेशाचार्य नदीकडे गेले असतील, ते येईपर्यंत थांबावं. तसं त्यांनी सांगितलं. लक्ष्मणाचार्याला थांबायला फुरसत नव्हती. ''संस्काराची तयारी तरी करू,'' त्यानं सुचवलं.

''लाकडं?'' कुणीतरी विचारलं.

''आंब्याचं झाड तोडायला पाहिजे.''

''कुजून घाण सुटलेल्या शवाला ओली लाकडं कशी चालतील?''

''त्याच्या घरी लाकडं असतीलच की?'' लक्ष्मणाचार्यानं सहज सुचवलं.

सर्व जण नारणप्पाच्या घराच्या मागच्या बाजूला गेले. पाहिलं तर पुरेशी लाकडं नव्हती.

''चंद्री ऽ चंद्री ऽ'' सर्वांनी हाका मारल्या. उत्तर आलंच नाही.

''भोसडी, कुंदापूरला पळाली असेल, सगळ्यांची वाट लावून.'' ब्राह्मण आपापसांत कुजबुजले.

"घराघरातून थोडीथोडी लाकडं गोळा करा." गरुडाचार्य म्हणाला. सगळे कबूल झाले.

मग प्रत्येकानं डोक्यावर घरच्या लाकडांचा भारा घेतला आणि दोन मैल लांब असलेल्या स्मशानात तो आणून टाकला. सगळे पुनश्च अग्रहाराला परतले. तरीही प्राणेशाचार्यांचा पत्ता नव्हता.

"किती वेळ थांबायचं हो...?"

"प्राणेशाचार्य येऊ देत." गरुडाचार्य म्हणाला.

"ठीक आहे." लक्ष्मणाचार्य म्हणाला.

"प्राणेशाचार्यांना न विचारता काही करणं बरं होणार नाही." गरुड म्हणाला.

"तोपर्यंत इतर सगळी तयारी करू" असं कुणीतरी म्हणालं. सर्वांनाच हे पटलं. नारणप्पाच्या घरासमोर सगळे आले. बांबू आणले गेले. ताटी बांधू लागले. मडक्याला भोक पाडून त्यात विस्तव पडला. आता फक्त आचार्य येण्याचीच वाट होती.

दुपारी तीनच्या सुमाराला प्राणेशाचार्य पुट्टाबरोबर चालत मेळगीच्या तळ्याजवळ पोहोचले. बैलगाडीच्या वाटेनं चालल्यामुळे अंगावर, कपड्यांवर तांबड्या धुळीची पुटं चढली होती. हात-पाय धुण्यासाठी ते तळ्याच्या काठाला गेले.

"एवढ्या गप्पा मारल्या; परंतु माझ्याबद्दल मी काहीच सांगितलं नाही." हात-पाय धुता धुता पुट्टा म्हणाला.

मेळगीला आपल्या ओळखीचं कोणी भेटलं तर पंचाईत होईल म्हणून आचार्यांना धास्ती वाटली. पण तिथले ब्राह्मण स्मार्त आहेत ही एक समाधानाची बाब आहे. जर सर्वच सोडून आपण निघालो तर मग भीती का वाटावी? इथले लोक स्मार्त आहेत. अपरिचित आहेत, जत्रेच्या गर्दीत कुणी कुणाला ओळखणार नाही ही गोष्ट खरी असली तरी, कुणी ओळखील हा संभव राहतोच. या भीतीची पाळंमुळं खणून पाहिली पाहिजेत. नारणप्पाला अशी भीती कधीच वाटली नाही. राजरोसपणे तो चंद्रीबरोबर राहिला. आपण चंद्रीबरोबर राहायचं म्हटलं तरी आपण तोंड लपवूनच राहणार की काय? शी: शी:! किती भ्याड आहोत आपण- अशा आयुष्यावर कुणीही थुंकेलच. पुट्टा सांगतच होता-

"आता मी तुमच्याबरोबर एवढं का बोलतो म्हणून तुम्हाला आश्चर्य वाटत असेल नाही? तुम्ही मला चिकट्या म्हणाल. एक गोष्ट खरी, तुम्ही स्वतः फारसे बोलत नसलात तरी तुम्हाला माणसं पाहिजेत, बोलणं पाहिजे. तुम्ही भोळ्या स्वभावाचे..."

धुतलेलं तोंड धोतरानं पुसून घेत पुट्टा पुढे म्हणाला, "हो की नाही सांगा? तोंड पाहून हा माणूस असा, असा.... असं मी सांगतो. तुमच्याजवळ लपवायचं कारण नाही. मी काही असला तसला नाही, मी आहे माळी. आता पुढचं ऐका. माझे वडील कुलीन ब्राह्मण! त्यांनी ठेवलेल्या माझ्या आईला, त्यांच्या स्वतःच्या बायकोपेक्षा चांगलं वागवलं. माझी मुंजसुद्धा केली. हे पाहा..." पुट्टानं शर्टाच्या आतून जानवं ओढून दाखवलं.

"म्हणून माझे सर्व मित्र मला ब्राह्मण्याच म्हणतात - चला निघू." ते दोघंही तळ्याच्या पायऱ्या चढू लागले.

"लोक म्हणतात ते बरोबरच आहे. माझं एक नाव कोड्याचा पुट्टा आणि दुसरं नाव बडबड्या पुट्टा. एकूण मला माणसं लागतात, सारखी." पुट्टा हसला.

मेळगीला जत्रेचा थाट और होता. गावाच्या मधोमध रथ येऊन थांबला होता. त्याच्या शिखरावर कन्या, वृश्चिक, मिथुन इत्यादी राशींची चित्रं काढली होती. रथ ओढण्यासाठी म्हणून दोन जाड दोरखंड बांधले होते. देवळाशेजारच्या जागेतून भक्तांनी रथ ओढून आणला होता. रथातल्या उत्सवमूर्तीला आरती-नैवेद्य चालला होता. हातात नारळ, केळी, कापूर उदबत्तीचे पुडे घेतलेले असंख्य भक्त झुंबड करून रथाभोवती उभे होते. देवाजवळ बसलेल्या पुजाऱ्याला हात उंच करून सगळे देत होते. देणारे ओरडत होते. न देणारेही ओरडत होते. पुजारीही ओरडत होता.

पुट्टानं आचार्यांचा हात धरून जत्रेच्या गर्दीतून केळी, नारळ विकत घेतलं.

"आचार्य गर्दी कमी झाल्यानंतर रथाकडे जाऊ. तोपर्यंत इकडे तिकडे भटकून येऊ." पुट्टानं सुचवलं.

तिथून थोडंसं पुढे गेल्यावर नुसता शिट्ट्यांचा आवाज. प्रत्येक मुलानं आई-बापाला सतावून विकत घ्यायला लावलेल्या शिट्ट्या आणि त्यांचा कर्कश आवाज! कापूर, उदबत्तीचा वास. नवीन बासनांचा वास.

फुगे विकणाऱ्यांचे गाणे. एका कोपऱ्यात 'बंबई का मजा' दाखवणारा म्हातारा. त्यालाही एक पैसा. "दिल्ली शहर देखो, बम्बईका बाबू देखो, राजाका दरबार देखो.... " पेटीवर तालानं वाजवत तो नाचायचा. मध्येच "एक पैसा एकच पैसा" म्हणून ओरडायचा. पुट्टाला राहवलं नाही. "अहो मी पण बघतो."

"ठीक आहे." आचार्य म्हणाले.

"मला सोडून कुठं जाऊ नका. इथंच थांबा," असं सांगून तो वाकून डोळ्यांभोवती हात धरून, 'बंबई का मजा' पाहू लागला.

'याला असंच सोडून जावं का,' असं आचार्यांना वाटलं. वाईटही वाटलं; पण याच्याबरोबर आपल्याला काही समाधान लाभणार नाही. आपण एकटं राहावं, असा विचार करून ते निघालेसुद्धा. थोडी वाट चालले असतील–नसतील, त्यांच्या कानावर हाक ऐकू आली- "आचार्य... !" त्यांनी मागे वळून पाहिलं तर पुट्टा!

"तुम्ही जाल असं मला वाटलं होतंच, त्या बम्बई का बाबू दाखवणाऱ्यानं तुम्ही इकडून गेलात म्हणून दाखवलं, बरं चला आता," तो हात धरून ओढू लागला.

प्राणेशाचार्यांना राग आला. हा कसला नसता लोचटपणा! याला चांगलं सुनवावं का? परंतु न सांगतासवरता, न मागता यानं स्नेहाचा हात पुढे केला. त्याला कसं दुखवायचं? बरं आहे, होईल ते होऊ द्या झालं. ते चालू लागले. "बघा बघा..." पुट्टानं त्यांचा हात धरून ओढला. तिथं डोंबारणीचा खेळ चालला होता. उफाड्या अंगाची एक डोंबारीण तारेवर कसरत करत होती. पुरुष ढोलकी वाजवत होता. तारेवर गधोगध उभं राहून हातात बांबू धरून हिसका देऊन डोंबारणीनं झोके घेतले. लोकांनी टाळ्या वाजवल्या, पैसे फेकले. पुट्टानंही पैसा फेकला.

देवस्थानाच्या जवळ दोन्ही बाजूला ओळीनं भिकारी बसले होते, कुणाचा पाय तोकडा, कुणाला हात नाहीत, कोणी अंधळा, कोणी महारोगी... सारे जण आपलं व्यंग दाखवून पैसा मागत होते. पुट्टानं दोन-चार ठिकाणी पैसे फेकले. पुढे एक रिबिन विकणारा भेटला. पुट्टानं एक वार रिबिन घेतली. "तिला फार आवडते रिबिन." तो म्हणाला. मुलांसाठी त्यानं दोन रंगीत शिट्ट्या घेतल्या, वाजवून पाहिल्या. "जाऊ या" म्हणाला.

मग आचार्य पुन्हा चालू लागले. भोवती ही गर्दी! पण आपल्याला कशातच रस नाही. एखाद्या अतंत्र भुतासारखं आपण भटकत आहोत असं त्यांना वाटलं. पुट्टाला एक सोडालेमनचं दुकान दिसलं. "चला, एकेक लेमन घेऊ," त्यानं आचार्यांना तिकडे खेचलं. "मी नाही पीत," आचार्य म्हणाले. पण पुट्टा दुकानात घुसलाच. तिथंही गर्दी मी म्हणत होती. लेमनचा उग्र वास भरला होता. बाटल्या फोडतानाच येणारा 'कोय कोयक्' असा आवाज... आवडीनं पण लाजत लेमन पीत बसलेल्या शेतकऱ्यांच्या बायका-मुली... भरपूर तेल लावून विंचरलेले केस...त्यांत माळलेली फुल... नेसलेली नवीन पातळं... शेतकऱ्यांच्या अंगावरचे नवीन कुडते आणि सोडा पिऊन झाल्यानंतर जवळजवळ प्रत्येकाला येणारी ती सुखद ढेकर! जत्रेच्या पुष्कळशा मौजेत तीही पण एक. जत्रेला निघतानाच या लोकांनी काय काय पाहायचं, काय काय घ्यायचं हे ठरवलेलं असतं. या सर्वसामान्य सुखाच्या पलीकडे उभं राहून आचार्यांनी जमलेल्यांना पाहिलं. गरकदिशीर ढेकर आल्यानंतर पुट्टाला आनंद झाला.

"निघू या. पण तुम्ही काही घेतलं नाही?"

फुगे, शिट्या, मिठाई, सोडा लेमन दुकानासमोरून येणारा देवस्थानच्या घंटेचा आवाज, बांगड्यांच्या दुकानाभोवती बायकांची बडबड, अशा सर्व गदारोळात एखाद्या तिऱ्हाइतासारखे पुट्टाच्या बरोबर आचार्य चालले होते. त्यांच्या मनात आलं कुठंही पाहिलं तर तल्लीनता आहे. आपला जीव मात्र कशातच तल्लीन होत नाही. डोळे कुठंच स्थिरावत नाहीत. पुट्टासुद्धा एखाद्या लहान मुलाप्रमाणे या जंजाळात रमला आहे. आपणही जीवनात असंच रमलं पाहिजे. मागचं-पुढचं त्या घटकेपुरतं का होईना सगळं विसरता यायला हवं. चंद्री अशाच लोकांतली. मी? इथंही नाही. तिथंही नाही. त्रिशंकू.

कॉफीचा आणि मसाला डोशाचा वास आला. "चला, थोडी कॉफी तरी घेऊ -" पुट्टानं त्यांना ओढलं.

"मला नको."

"हे ब्राह्मणाचं हॉटेल आहे. तीर्थहळ्ळीहून आलो आहे. काही दोष नाही. सोवळ्या ब्राह्मणांसाठी आत स्वतंत्र व्यवस्था आहे."

"नको. मला कॉफी नकोच."

"ते काही जमणार नाही. तुम्ही कॉफी घेतलीच पाहिजे. चला!"

"पुट्टानं त्यांचा दंड धरून त्यांना आत नेलं. अनिच्छेनं प्राणेशाचार्य पाटावर बसले. आपल्या परिचयाचे कोण दिसतात किंवा कसे म्हणून त्यांनी चौफेर नजर फिरवली. एक वेन्दातशिरोमणी हॉटेलमध्ये बसून कॉफी पितो म्हणजे... शीः !"

पुन्हा भीती! या भीतीपासून आपण लांब गेलं पाहिजे. खूप लांब. पुट्टानं जरा पलीकडे बसून त्याच्या ब्राह्मणधर्माबद्दल आदर दाखवला. "दोन स्पेशल कॉफी," त्यानं ऑर्डर दिली. दोन आणे देऊन मिळालेली कॉफी पिता पिता, 'जत्रेतली कॉफी' म्हणून आचार्यांनी नाक मुरडलं. तहान लागली होती. कॉफी प्याल्यामुळे मात्र त्यांना जरा बरं वाटलं. ते बाहेर आले. "तुम्ही हवं तर देवस्थानात जाऊन जेवा. तिथं संध्याकाळी सहा वाजेपर्यंत अन्नसंतर्पण आहे..." पुट्टा म्हणाला.

जेवणच झालेलं नसल्यामुळे गरम गरम आमटी-भात ओरपावा, अशी तीव्र इच्छा आचार्यांच्या मनात निर्माण झाली होतीच. दुसऱ्याच क्षणी त्यांना आठवलं की आपल्याला सुतक आहे! देवस्थानात जाऊन जेवायचं नाही. ओवळं झालं तर रथ पुढे सरकत नाही म्हणतात. पण गणपतीच्या तळ्यातले मासे नारणप्पा धरत नव्हता का? त्याला काय झालं? ब्राह्मणधर्माचा संपूर्ण धिक्कार करण्याचं धैर्य आपल्या अंगी नाही, हे आचार्यांना पहिल्यांदा जाणवलं. मग असं असेल तर चंद्रीजवळ आपण राहू, या निश्चयाला तरी काय किंमत? निश्चय म्हणजे निश्चय. दृढ निर्धार! करायचं असेल तर पूर्ण, ठीक करायचं; नाहीतर या वाटेलाच जायचं नाही. अर्धवट असं, अर्धवट तसं, म्हणजे आली पंचाईत! महाबलानं कसं ठरवलं?

"थोडं थांबा तुम्ही. तिथं पाहा..." पुट्टानं खुणेनं काहीतरी दाखवलं. लांब एका टेकडीवर शूद्रांचा एक घोळका दिसला. तो एवढा तल्लीन कशात झाला कोण जाणे!

"जाऊ या चला आपण- पाहू तरी काय आहे. बहुतेक कोंबड्या झुंजवत असतील!"

प्राणेशाचार्यांना धडकी भरली; पण इलाज नव्हता. पुट्टाबरोबर चालणं भाग होतं. घोळक्यापासून जरा लांबच ते थांबले. त्यांनी पाहिलं, जमलेल्या लोकांच्या तोंडाला ताडीचा उग्र वास येत होता.

दुर्गंधी त्यांना सहन होईना. पायांना सुऱ्या बांधलेले दोन कोंबडे एकमेकांशी झुंजत होते. पायानं डिवचत होते आणि हे चवीनं पाहत पुढचे लोक ओणवे बसले होते. त्यांच्या मागे लोक उभे होते आणि त्यांच्याही मागचे टाचा उंचावून पाहत होते... इतकी तन्मयता, इतकी तल्लीनता आचार्यांनी जन्मात पाहिली नव्हती. प्राण डोळ्यांत गोळा करून लोक पाहत होते... दोन कोंबडे; नव्हे चार पंख! चार सुऱ्या! कोक् कोक् कोक् - भोवती शे-दीडशे एकाग्र डोळे. चमकणाऱ्या सुऱ्या. चमकणारं ऊन, मध्येच चकमक. 'हा! मारला-मारला, वर बसला.' आचार्य थक्क झाले. जणू एक राक्षसविश्वच तिथे अवतरलं होतं, जो तो जिंकणाऱ्या कोंबड्याशी एकरूप होत होता. मजेनं दुसऱ्यावर होणारे जीवघेणे वार पाहत होता.

चंद्रीबरोबर आपण जगायचं, अगदी तन्मयतेनं जगायचं आपण ठरवलं खरं, पण तन्मयता म्हणजे एवढी एकरूपता असेल तर! आपल्याला काही ते जमायचं नाही! ते मटदिशी खाली बसले. कोंबड्याचे मालक ओरडून त्यांच्यात जिद्द भरत होते; पण तो आवाज काही माणसाचा असेल असं आचार्यांना वाटलं नाही. या क्रूर, तीक्ष्ण भावनांच्या लोकांत आपला निभाव लागणार नाही, याची त्यांना खात्री वाटली. कामाला दोन बाजू असाव्यात. मृदुता, नाजूकपणा ही सहज जाणवणारी एक बाजू, तर दुसऱ्या बाजूला नागडं क्रौर्य असावं.

नारणप्पाशी त्या दिवशी भांडलो ती जिद्द संपली आणि आपण भेकडच झालो असं आचार्यांना वाटलं. भांडणाऱ्या कोंबड्यांना काही वेळ वेगळं करून, जखमा बांधून पुन्हा सोडण्यात आलं. पाहणाऱ्यांपैकी एकानं पुट्टाशी पैज मारली. "हा कोंबडा जिंकणार! पैज लावू पैज... दोन आणे पैज..." "चार आणे..." पैजेची रक्कम वाढत वाढत बारा आण्यापर्यंत गेली. प्राणेशाचार्यांच्या मनात गलबललं. हा वेडा पोरगा हरला म्हणजे बारा आणे फुकट घालवून बसेल! पण आश्चर्य म्हणजे पुट्टा जिंकला. "आता दुसरी पैज-" तो माणूस म्हणाला. "आता नको" पुट्टा म्हणाला. तो प्यायलेलाच होता. पुट्टावर त्यानं हात उगारला. आचार्य मध्ये पडले "काय झालं? काय झालं?" विचारत लोक जमेपर्यंत आचार्यांनी पुट्टाचा हात खेचून ते त्याला लांब घेऊन गेले. ब्राह्मणाला मध्ये पडताना पाहताच बघे मागे सरले.

बारा आणे जिंकल्यामुळे पुट्टा मजेत होता. भांडणाचं त्याला विशेष वाटलंच नाही! आचार्यांच्या हृदयात एकाएकी त्याच्याबद्दल पुत्रवात्सल्याची भावना उचंबळून आली. आपल्याला एखादा मुलगा असता तर त्याला आपणच सांभाळला असता.

"बरंय पुट्टा- आता मी वाटेला लागतो..." त्या बळजबरीच्या स्नेहाबद्दल मात्र त्यांना कंटाळा आला होता.

"कुणीकडे जाणार?" पुट्टाचा चेहरा उतरला.

आचार्यांना वाईट वाटलं. हा का असा चिकटला आहे आपल्याला? याच्या मनात काय आहे?

"निश्चित काही नाही-"

"मग मी जरा चार पावलं येऊन तुम्हाला सोडून येतो. पण देवळात जेवण करूनच जा ना -" पुट्टानं आग्रह चालवला. आचार्यांच्या मनात जेवायचं नव्हतं. आता पंचाईत आली असं त्यांना वाटलं.

"मला एका सोनाराला गाठायचं आहे." त्यांनी विषयांतर केलं. पण पुट्टा कुठं ऐकतो?

"का?"

"माझ्याजवळचं सोनं विकायचं आहे-"

"का? खर्चाला पैसे नसतील तर हे बारा आणे उसने घ्या. सवडीनं परत करा."

आता अशा माणसाच्या तावडीतून कसं सुटावं याचं आचार्यांना कोडं पडलं. पायाला अडकणाऱ्या वेलीप्रमाणे याचं आतडं.

"असं नाही पुट्टा. मला थोडेथोडके पुरणार नाहीत. कुंदापूरला बसनं जायचं आहे. शिवाय इतर खर्चही आहे." प्राणेशाचार्यांनी सांगितलं.

"असं.. असं.. मग चला. माझ्या ओळखीचा एक सोनार आहे इथं. काय विकायचं आहे?"

यज्ञोपवीताला गुंतवलेली अंगठी चाचपीत आचार्य म्हणाले, "अंगठी - आहे सोन्याची...!"

"कुठंय? दाखवा - " पुट्टानं हात पुढं केला. त्या गर्दीत काहीशा संकोचानं आचार्यांनी यज्ञोपवितातून अंगठी काढून दिली. आपल्या तळहातावर घेऊन पुट्टानं अंदाज केला.

''पंधरा रुपयांपेक्षा कमी किमतीला कबूल होऊ नका, बरं का?''

दोघंही एका गल्लीत शिरले आणि एका सोनाराच्या घरात गेले. लाकडी पेटाऱ्यापुढे एका कानशीनं अंगठी घासत बसलेल्या सोनारानं आपली चांदीची चाळशी नीट करत ''काय पुट्ट्या! इकडं कुणीकडे येणं केलंस?' असं ओळख दाखवून विचारलं. आचार्यांनी सोनाराला अंगठी दिली. ती त्यानं जोखून पाहिली. कस लावला.

'दहा रुपये!'

''पंधरापेक्षा कमी बोलूच नका.'' पुट्टा म्हणाला. या व्यवहाराच्या गोष्टीनं आचार्य बेचैन झाले. ''सोन्याचा भाव उतरलाय,'' सोनार म्हणाला.

''त्याच्याशी मला काय करायचंय? पंधरा रुपये देता की नाही बोला.'' आचार्यांकडे पाहून भुवया उडवून पुट्टा म्हणाला.

''दहा तर दहा. माझ्या खर्चाला तेवढे पुरतील- '' बोलणं कमी करण्याच्या दृष्टीनं आचार्य बोलून गेले. पुट्टाचा चेहरा पडला. सोनार हसला. दहा रुपये देऊन त्यानं हात जोडले.

''उपकार झाले!'' असं सांगून आचार्य बाहेर पडले.

बाहेर आल्या आल्या पुट्टानं त्यांना फैलावर घेतलं- अगदी लग्नाच्या बायकोसारखं. ''तुम्हाला जास्त पैसे मिळावेत म्हणून मी ओढून धरत होतो, तर तुम्ही माझी अब्रूच घालवली. आता त्याच्याजवळ माझी किंमत राहिली नाही. जाऊ द्या. तुमचेच पाच रुपये बुडाले. या कलियुगात तुमच्याइतकं भोळं राहून चालत नाही, समजलं? हे सोनार लोक स्वतःच्या आई-बापालाही लुबाडतात. माहीत आहे?''

''अरे पैशाची गरज आपल्याला होती म्हणून घाई केली. चुकलं माझं-'' प्राणेशाचार्यांनी अगदी मऊ स्वरात सांगितलं. पुट्टाचा राग कुठल्या कुठं गेला. आवाज उतरवून त्यानं सांगितलं-

''तुम्हाला बघितल्याबरोबरच मला वाटलं, तुम्ही फार भोळे. तुम्हाला एकट्याला कुठं पाठवू नये. तुम्हाला आता मात्र बसमध्ये बसवूनच मी माघारी फिरतो. आता मी सांगतो तेवढं करा. आमच्यापैकी इथं एक माणूस आहे, मला त्याला भेटून यायला पाहिजे आहे. माझ्याबरोबर चला. नंतर देवस्थानात जाऊन जेवा. संध्याकाळपर्यंत पंक्ती उठतच असतात. रात्री इथंच कुठंतरी झोपा. सकाळी पाच मैल सहज चालत

गेलात... तीर्थहळ्ळी. तिथून आगुंब्याला बस आहे. घाट उतरलात की कुंदापूरला जाणारी बस मिळेल...'' अंगठी विकून कुंदापूरला जाण्यासाठी पैसे तरी झाले या विचारानं आचार्यांनी दहा नाणी कडोसरीला लावीत म्हटले, ''बरं बरं-''

''पैसे जपून ठेवा,'' पुट्टानं इशारा दिला.

जेवायला गेलो तर तितकीच याच्या तावडीतून सुटका होईल, असा विचार प्राणेशाचार्यांनी केला.

आपणाकडून कशाचीही अपेक्षा न धरता आपल्या जीवनात घुसू पाहणाऱ्या पुट्टाबद्दल आचार्यांना हे एक प्रारब्धकर्म, एवढंच वाटलं. कोणत्या जन्माचं ऋण आहे कोण जाणे! एकूण काय, माणसाच्या सहवासातून सुटका नाही. पायाला अडकणारी वेल चुकवता येत नाही. आपलं जीवन 'आपलं...' हे कोणत्या अर्थानं म्हणायचं?

''असे इकडून या.'' म्हणून पुट्टानं देवस्थानापुढील गर्दीतून वाट काढीत आचार्यांना एका गल्लीत आणलं. चालत पोहोचले तो भाग निर्जन होता. तिथं एक ओढा. ओढा ओलांडण्यासाठी बांबूचा पूल. तो ओलांडून दोघं एका शेतात आले. शेताच्या बांधावर चालता चालता आचार्यांना कोंबड्यांची झुंज आठवली, दोन्ही कोंबडे एकमेकांवर धावून गेले. पंख फडफडले. चीत्कार. एकमेकांच्या पायाला बांधलेल्या सुरीने घायाळ केले. त्यांचे ते लाल डोळे... दारू प्याल्यासारखे... आडवे पाडून जखमा शिवतानासुद्धा 'को को कोक्!' काय ती जिद्द! हा कसला राक्षसी हट्ट?

तल्लीन होऊन, तन्मय होऊन, भान विसरून जगायचं म्हटल्यावर या सगळ्या गोष्टी आल्या. ती डोंबारीण. मुद्दामच घट्ट बांधलेली तिची काचोळी. ती दोरीवर हेलकावे खाताना, काळ्याशार मांड्यासुद्धा कशा रगेल दिसल्या, 'चक्क् चोंय्' आवाज करून फुटणाऱ्या सोडालेमनच्या बाटल्या. रंगीत पाणी. ती मस्त ढेकर आणि या सगळ्यांत रमलेले अधाशीपणाने जीवन टिपणारे डोळे. रंगीत रिबिनी, फुगे, रथाचे शिखर. अपेक्षा, त्यांची परिपूर्ती. तत्त्वमसि. पण आपल्याला हे जमलं नाहीच! प्रत्येक ठिकाणी तिऱ्हाइतपणा. सध्या आपण प्रेतासारखे आहोत. यातून राक्षसत्व येईल की काय, हीच भीती मिठी मारून आहे.

"आपण आता कुठं चाललोय माहीत आहे?' विडी पेटवत पुट्टानं विचारलं.

प्राणेशाचार्यांनी मानेनं 'नाही' म्हटलं.

"कमाल आहे तुमच्यापुढे. कुठं, काय न विचारता मी सांगतो म्हणून येता की काय? मीसुद्धा थोडा तसाच आहे म्हणा. एकदा माझ्या मित्राबरोबर मी असाच शिवमोग्याला गेलो आणि इकडे सासऱ्यांना पत्ताच नाही; ते एवढे रागावले माझ्यावर!"

"तुमच्यापैकी कुणाचंतरी घर म्हणालात ना?"

"आचार्य, माझ्याशी एकवचनातच बोला बुवा तुम्ही. बहुवचनात बोललात तर मला कसं तरी वाटतंय आणि मोठ्यांनी लहानांशी बहुवचनात बोललं तर त्यांचं आयुष्य कमी होतं म्हणे..."

"बरं."

"इथंच एक मळा आहे. तो बघा तिथं दिसतोय. आमच्यापैकी एक बाई तो मळा खंडानं करते. एकटी आहे; पण धीट. दिसायला काय सांगू राव, तिच्या तोडीची स्त्री तुम्ही पाहिलेली नसणार. माझ्या लांबच्या नात्यातली आहे. तुमच्यासारखे वैदिक ब्राह्मण म्हणजे तिला फारच अप्रूप वाटते. तिला भेटून पुढे चालायला लागू. नाहीतर- 'पुट्टा, तू जत्रेला आलास आणि मी जगले की मेले याची चौकशीसुद्धा केली नाहीस ना?' म्हणून तक्रार करायची. मला कुणाचं मन दुखवणं आवडत नाही. माणसाचा जन्म म्हणजे बुडबुडा. या घटकेला फुटतो की पुढच्या घटकेल- उगीच कुणाला का दुखवा! म्हणून मी प्रत्येकाला 'हो' म्हणतो. माझी बायको माझ्या अगदी विरुद्ध. भारी विचित्र. महिन्या-महिन्याला माहेरी जाईन म्हणते. मी आधी 'हो' म्हणतो नंतर 'नाही' म्हणतो. तिला झोडपून पाहिलं. पुन्हा आपल्यालाच वाईट वाटतं हो! घर आलंच की!" पुट्टानं लांबून कौलारू घर दाखवलं.

"आहे की नाही कोण जाणे! का, जत्रेला गेली कुणास ठाऊक!"

दोघंही घरापुढे आले. दमल्यामुळे आचार्य ओट्यावर बसले. पुट्टानं 'पद्मावती' म्हणून हाक मारली. 'आले' म्हणून आतून मंजूळ आवाज आला. पुनःपुन्हा ऐकावासा वाटणारा आवाज. आचार्यांना भीती वाटली. ही कोण कुठली स्त्री, पुट्टा आपल्याला इथं कशाला घेऊन आला? "आलात?" पुन्हा तोच नाजूक आवाज. आचार्यांनी चमकून मागे

पाहिलं. उंबरठा ओलांडून एक हात उंचावून, खांबाला टेकून ती उभी होती. आचार्य फिरल्याक्षणी तिनं आपला पदर सावरला.

"कुणाला आणलंय बघ. हे फार मोठे आहेत." पुट्टानं ओळख सांगितली.

"आलात? बरं झालं की..." ती लाजून चूर झाली. "थोडंसं गंगामृत देऊ? दूध-फळं घ्यायला तरी हरकत नाही." आग्रहानं सांगून ती आत गेली. प्राणेशाचार्यांना घाम फुटला. संशयच नाही. माळीण एकटी. पुट्टानं आपल्याला इथं का आणलं? तो तर बोलतच नाही. बडबड करणारा आता गप्पगार बसला आहे. आपल्या पाठीमागून दोन डोळे आपल्यालाच पाहत आहेत, असं जाणवून त्यांना भीती वाटली. म्हणजे आपण चोरून पाहण्याची वस्तू झालो आहोत. फिरून पाहावं तर धाडस होईना. ते डोळे काय म्हणतील कोण जाणे!

काळेभोर डोळे, वक्षस्थळावर पुढे घेतलेले लांबसडक केस. तारेवर नाचणारी डोंबारीण- सुरी- पंख- चोच. जंगलातल्या अंधारात पुढे आलेले पुष्ट स्तन, रूपीचे मातीच्या रंगाचे स्तन... सर्व काही आरपार पाहत असल्यासारखे आपल्यावर टपलेले डोळे. कृष्णसर्पाच्या डोळ्यांकडे पाहताना पक्ष्यानं भान विसरावं तसे. भीतीसुद्धा. आचार्यांनी तोंड फिरवलेच.

खरं होतं. हातात ताटली घेऊन दाराच्या आडोशाला उभी राहून ती त्यांच्या पाठमोऱ्या आकृतीकडेच पाहत होती. आचार्य फिरल्याबरोबर ती माघारी फिरली. थोड्या वेळानं अंधारात बांगड्यांचा किणकिण आवाज झाला. ती उजेडात आली. बरं वाटलं. अपेक्षेची भावना अंगभर शिरशिरली. ताटली ठेवताना ढळलेला पदर. पुढे आलेला स्तनभार. भारलेले डोळे. छातीत अग्निकुंड पेटलं. त्यांचीही दृष्टी अशीच होती. निखाऱ्यासारखी. इतर कल्पना सगळ्या उडून गेल्या. कापरासारख्या. आपण, डोळे, पद्मावतीएवढेच काय ते सर्व एकरूप होऊन उरलं. तत्त्वमसि.

"कोणत्या गावचे?" तेजस्वी दिसणाऱ्या आचार्यांकडे पाहून तिनं पुट्टाला विचारलं.

"कुंदापूरचे-" पुट्टानं सांगितलं. 'शिनप्पय्यांचा परिचय आहे.' त्यानं ठोकून दिलं. 'देवस्थानाची वहिवाट पाहतात.' दुसरी थाप. 'वसुलीच्या

कामासाठी इकडे आलेत...' आता कहरच केला त्यानं. थापावर थापा.

आपण कोण, कुठले याचा आपल्यालाच संशय असताना, एका दिवसात यानं त्याला एक आकारसुद्धा देऊन टाकला! ठीक आहे चालू द्या. झुंजणारे कोंबडे. त्यात हरला कोण, जिंकला कोण? कर्कशपणे किंकाळी फोडून जीव टाकलेली भागीरथी. आपली ती तपोभूमी.. आपल्यादेखतच दग्ध झाली. सगळं घालवलं. भ्रष्ट झालो.

पद्मावती दाराआड आत जाऊन बसली. पुन्हा आपल्याकडे रोखून पाहू लागली आहे, हे लक्षात येताच आचार्यांना पुन्हा बेचैन वाटू लागलं. धैर्यानं त्यांनी मान फिरवून पाहिलं. छाती धडधड करत होती. पद्मावतीनं पान-सुपारीचं तबक आणून ठेवलं. पानाला चुना लावत, सुपारीचं खांड चघळत पुट्टा सांगू लागला-

"हे वाटेत भेटले. तसेच गप्पा मारत आलो. कुंदापूरला चालले होते. मी त्यांना म्हटलं इथं रात्री मुक्काम करा. उद्या सकाळी तीर्थहळ्ळीला जाऊन तिथून बस पकडा."

पद्मावती लाजली, खालच्या मानेनंच आग्रह करू लागली. "खरंच राहा रात्री इथंच. उद्या सकाळी जा –"

प्राणेशाचार्यांना भोवळ आली. कानात चमत्कारिक आवाज घुमू लागले. तळहाताला घाम फुटला. नको नको... आज तर नकोच... निर्धार करण्याची वेळ एवढ्यात येऊन ठेपेल, असं आपल्याला वाटलं नव्हतं. आज नको... आज मला सुतक आहे... बायकोला नुकताच अग्नी देऊन आलो... नाराणप्पाचा शवसंस्कार केला नाही... तो तर तिथंच कुजतो आहे... घरावर गिधाडं येऊन बसली आहेत... सांगून टाकावं. खरंखुरं... स्पष्टपणे. इथून पळून जावं. अंतर्धान पावावं; परंतु त्यांचा देह दगडासारखा तिथंच बसला. पद्मावतीच्या कुतूहलाचा विषय होऊन राहिला.

पुट्टा म्हणाला, "ठीक आहे तर. यांचं अजून जेवण झालं नाही. देवळात जेवण करून येतील. इथं धर्मस्थळहून यक्षगानाचा मेळा आलाय ना? जाणार का बघायला?"

"नाही बाबा, संध्याकाळी जाऊन देवदर्शन करून येईन. तुमची वाट पाहीन."

आपल्याला न विचारता सगळं ठरवूनसुद्धा टाकलं या दोघांनी. कमाल आहे!

"उठा," पुट्टा म्हणाला. आचार्य उठले. त्यांनी पद्मावतीकडे पाहिलं. "डोक्यावरून न्हाली आहे; पण तेल लावून केस विंचरले नाहीत, अंगापिंडानं रसरशीत... डोळे चमकत आहेत. त्यात उत्कंठा आहे. आज तिचा पाचवा दिवस असावा. श्वासागणिक तिचे उभार वक्षस्थळ खालीवर होत आहे. ते आपल्या छातीशी घट्ट कवटाळावे. जंगलातल्या अंधारात. सुगंधी गवताचा वास. काजवे. आग. लाकडे पेटवून हातपाय जळून, मांस शिजून कवटी फुटेपर्यंत भडकलेली आग. संस्कार न झालेलं नारणप्पाचं प्रेत. गुडगुडी ओढत ओट्यावर बसलेला महाबल, थयथया नाचणारी डोंबारीण. याज्ञवल्क्यांनी सांगितलेलं प्रेम, कुणावर प्रेम? बायकोच्या नावानं स्वतःवरच प्रेम. मूळ शोधा, जिंका, पाहिलं, आवडलं तर स्वीकारा. कमंडलू धरूनच व्यास होडीत जन्मला.

"जाऊन या तुम्ही. मी वाट पाहते." पद्मावती म्हणाली.

मुख्य म्हणजे मारुतीनं दगा दिला. महाबलानं फसवलं. नारणप्पानं आपलंच खरं केलं. ब्राह्मण सगळे सोन्यासाठी हपापले होते; चंद्री अंधारात उभी राहिली. तेवढ्यात सगळं देऊन गेली. भागीरथी किंकाळी फोडून मेली...

दोघं निघाले. पुट्टानं पाठीवर हात ठेवला. "माझ्या अंदाजाप्रमाणेच झालं -" तो हसला. "ती हलकी आहे असं समजू नका, कोणाही शूद्राला तिनं जवळ केलं नाही. असल्या तसल्या, सामान्य ब्राह्मणालाही ती बधत नाही. पैसा नको, अडका नको. तुम्हीच पाहिलंत ना? एवढा मोठा मळा आहे. ऋषिमुनींचंही मन बसावं अशी स्त्री आहे. मी काही थापा मारल्या. वाटलं, तुम्ही कुठं घोटाळा करता की काय? आवडली ना? हा पुट्टा मैत्रीसाठी काहीही करील. मला परोपकारी पुट्टा असंही म्हणतात." हसून त्यानं आचार्यांच्या पाठीवर थाप मारली.

मळा ओलांडला. कुंपण पार केलं. पुलावरून ओढ्यापलीकडे गेले! गल्लीतून चालत ते पुन्हा जत्रेच्या ठिकाणी आले. रथाभोवती सोडा-लेमनच्या दुकानाभोवती, माकडाच्या खेळाच्या ठिकाणी माणसंच माणसं. मुलांच्या शिट्ट्या, फुगे, मध्येच एखादा सोंगाड्या- एक जण डांगोरा पिटून सांगत होता- 'शिवमोग्याला प्लेग आहे. तिथं जाणाऱ्यांनी तीर्थहळ्ळीला आधी टोचून घ्यावे हो' कान टवकारून लोकांनी ऐकलं. पुन्हा जो तो आपल्या उद्योगात गर्क.

आचार्य देवळाजवळ थांबले. "दया करा रंगा, दया करा कृष्णा" एक अंधळा बाजाच्या पेटीवर सुरेलपणे गात होता. पुट्टानं त्याला पैसा दिला. ते पाहून एक महारोगी घाईघाईनं पोटावर सरपटत आला. "मला हात-पाय नाहीत. पैसा द्या हो काका." 'म्हणून ऊर बडवून घेऊ लागला. आपली कुजलेली बोटं दाखवू लागला. कणाकणानं झडत जाणाऱ्या त्याच्या अंगाकडे पाहून आचार्यांना शिसारी आली. नारणप्पाच्या प्रेताची आठवण आली. पुट्टानं त्याच्या दिशेनं एक पैसा फेकला. 'माय बाप! माय बाप!' म्हणत आणखी महारोगी त्याच्या दिशेनं सरपटू लागले. पोट बडवून घेऊ लागले.

"चला निघू," आचार्य म्हणाले,

"तुम्ही जाऊन जेवण करून या."

"तू पण चल." आचार्य म्हणाले कुणी सोबतीला नसताना एकटं देवळाच्या प्रांगणात जेवायला बसणं त्यांना प्रशस्त वाटेना. पुट्टाशिवाय आपलं भागणार नाही, असंही वाटलं. असं कुणाबद्दलही त्यांना यापूर्वी वाटलं नव्हतं.

"चांगलं सांगताय! मी माळी- विसरला की काय?"

"असू दे. चल."

"चेष्टा करता की काय माझी? या मेळगीत माझे ओळखीचे लोक पुष्कळ. नाहीतर आलो असतोच. मी असं काही केलं नाही असं समजू नका. उडुपीला मी चौकात जेवलो आहे. तिथं कोण विचारणार? सोनाराचा एक मुलगा खोटं सांगून मठात कामालाच लागला होता, हे विषय निघाला म्हणून सांगितलं. तुमच्या पंक्तीला बसण्याचं धारिष्ट्य माझ्याच्यानं होणार नाही. तुम्ही जाऊन या. मी इथंच थांबतो."

जमलेल्या भिकाऱ्यांनी वैताग आणला होता. त्यांच्यापासून लांब जाण्याच्या उद्देशानंच आचार्य देवळात गेले.

आत ओवऱ्यात पानंही मांडली होती. जेवण्यासाठी ब्राह्मण बसू लागले होते. त्यांची तोंडं पाहता आचार्यांच्या छातीत धडधडलं. यांनी आपल्याला ओळखलं तर? पळून जावं असं वाटलं; पण पाय उचलेना. ते तसेच थांबले.

आपण हे काय करत आहोत? कसलं चांडाळ कृत्य हे! सुतक असून, जाणूनबुजून आपण ब्राह्मणांच्या पंक्तीला बसायचं का? ओवळं

झालं तर रथ हलणार नाही, असा दृढ विश्वास आहे या लोकांचा. आपण जर यांच्या पंक्तीत जेवलो तर नारणप्पानं गणपतीच्या तळ्यातून मासे पकडल्याइतकंच घोर पाप होईल. जेवता जेवता कुणी प्राणेशाचार्य म्हणून ओळखलं तर? आपल्याला सुतक आहे हे त्यांना समजलं तर? गोंधळ उडेल नुसता. मग रथोत्सव थांबेल. हजारो डोळे आपल्याकडे रोखले जातील. खाऊ का गिळू करतील.

"इथं एक पान आहे या-" चमकून आचार्यांनी वळून पाहिलं. एका टोकाला बसलेला ब्राह्मण आपल्यालाच हाक मारतोय. काय करावं? परमेश्वरा आता मी काय करू? आचार्य थांबलेच होते.

"अहो, इकडे या इकडे... " हाक मारणारा ब्राह्मण उठून आला आणि त्यानं त्यांचा हात धरला. रिकाम्या पानाकडे बोट दाखवून त्यानं सांगितलं, "बघा तुमच्यासाठी पानावर भांडं ठेवून आलो आहे. नाहीतर पुढच्या पंक्तीपर्यंत थांबावं लागलं असतं."

यांत्रिकपणे आचार्य त्याच्या मागोमाग गेले. पानावर बसले.

देवा, भीती म्हणजे काय चीज आहे? पुनर्जन्मापूर्वीची ही यातना तर नव्हे? कुणीतरी पाहतील, ओळखतील म्हणून ही धास्ती? याचं मूळ कशात आहे? पद्मावतीबरोबर ही एक रात्र काढून भीती संपणार आहे का? आपल्या निर्धाराला काय किंमत आहे? किंवा कुठल्याही निर्धाराप्रत न येता मध्येच लोंबकळायची ही कसली शिक्षा आहे? पुट्टा असता तर बरं झालं असतं. उठू का? शेजारचा ब्राह्मण काय म्हणेल?

एक ब्राह्मण पानाच्या टोकाला कोशिंबीर शिंपडत गेला. दुसरा चमच्याने खीर वाढत गेला. त्याच्या मागे दोपे दांडगे ब्राह्मण परात सरकवत सरकवत आले. त्यातून ते दोन्ही बाजूला भात वाढू लागले. मोठीमोठी ढेकळं. त्यांच्यामागे कुणीतरी कोशिंबीर आणली. कोणी भाजी वाढायला आला. आलेल्या प्रत्येक चेहऱ्याकडे पाहताना आचार्यांना धाकधुक वाटत होती; पण अजून कुणी ओळखलं नव्हतं!

शेजारी बसलेला- पान धरून दिलेला- ब्राह्मण अंगापिंडानं जाडा, काळा, कपाळावरच्या आडव्या गंधामुळे तो स्मार्त हे समजायला त्यांना उशीर लागला नाही. त्याच्या बोलण्यानंच आचार्य धास्तावले होते. आता तर तो प्रश्न विचारू लागला.

"कुठल्या भागाचे आपण?"

“घाटाखालचा.”

“मी या गावचाच. घाटाखाली कोणतं गाव?”

“कुंदापूर.”

“आपण कोण?”

“वैष्णव.”

“कुठला पंथ?”

“शिवळ्ळी.”

“आम्ही कोट पंथाचे. आपले गोत्र?”

“भारद्वाज.”

“आम्ही आंगिरस गोत्राचे. तुमचा परिचय झाला, बरं वाटलं. माझी एक मुलगी आहे. वर्ष-दोन वर्षांत लग्नाला येईल. तिचं लग्न करावं म्हणतो. तुमच्या पाहण्यात कुठं चांगलं स्थळ असलं तर सांगा. उपकार होतील. जेवण झाल्यानंतर आमच्या घरी या. मी पत्रिका देईन. आज आमच्याचकडे मुक्काम करा.”

द्रोणात आमटी घेता घेता आचार्यांनी मान उचलून वाढणाऱ्याकडे पाहिलं. त्यानं पण आचार्यांकडे पाहिलं. तो पुढे गेला.

“चालेल” आचार्यांनी त्या ब्राह्मणाला सांगितलं.

आमटी वाढायला आलेल्याला आपली ओळख असेल का? कपाळावर अंगारा लावला होता. म्हणजे माध्व, बहुधा माझा परिचय असेल! उठून जावं? पण परिसिंचन केलं आहे. हातातलं तीर्थ ‘श्रीमद् रमारमण गोविंदा’ म्हणून प्राशनही केलं आहे. गरम गरम भात आणि आमटी. किती दिवस झाले होते जेवण जेऊन! देवा आता यातून सुटका तरी कर. कुणाला ओळख लागणार नाही असं कर. अमुक एका निर्धाराप्रत आपण येऊ शकणार नाही. आपण कोणताही निश्चय केला तरी बाकीचे त्यात घुसतात. एवढं सगळं झाल्यानंतर नारणप्पाच्या प्रेताला आपणच संस्कार करायला हवा होता. पण आपण एकटे काय करणार? मढं उचलायला आणखी तिघे तरी नकोत? त्या तिघांना काय सांगायचं? त्यांचा ब्राह्मणधर्म आपण बुडवावा का? हीच आपली अडचण आहे. न कळत आपण चंद्रीच्या आहारी गेलो. तो सर्व अग्रहार आपल्या वैयक्तिक जीवनाचा भाग होऊन राहिला होता. हे बरोबर की चूक?

आमटी वाढणारा दुसऱ्यांदा आला. “आमटी आमटी” ओरडत

आला. आचार्यांच्या पानापुढे उभा राहून "आमटी" म्हणाला. आचार्यांनी मान वर केली.

"तुम्हाला कुठं तरी बघितलंय!"

"असेल" आचार्य म्हणाले.

सुदैवानं दुसऱ्या ओळीत कुणी तरी आमटी मागितली आणि तो पुढे गेला म्हणून बरं!

तो आपल्यालाच आठवण्याच्या प्रयत्नात आहे तर! मागे कुठं पाहिलं म्हणून आठवणीच्या बोचक्यात शोधतो आहे. आपण चंद्राबरोबर राहायला गेलो असतो तरी लोक विचारणारच! आपलं गोत्र कुठलं? कुठल्या पंथाचे? ब्राह्मणधर्मावर लाथ मारून उभं राहिल्याशिवाय यातून सुटका नाही. बरं इतकं करून गेलो समजा, तर तिथंही राक्षसी वृत्तीचेच लोक. कोंबड्यांची झुंज लावणारे. अर्वाच्य बोलणारे. दारू पिणारे. यांच्याशी एकरूप व्हायला पाहिजे. या द्वंद्वातून मार्ग काय?

"दुसऱ्यांदा वाढलेली आमटी जरा पातळ झाली बरं का!" शेजारच्या ब्राह्मणानं आमटी ओरपत म्हटलं.

"हे काय? नुसते भात-आमटी खात आहात? अजून प्रसादाचे पक्वान्न येणार आहे. थांबा भात सरकवून ठेवा."

पुन्हा तो माध्व आमटी घेऊन आला.

"कुठं पाहिलं हो? लक्षात येत नाही. मठात असेल का? आराधनेच्या स्वयंपाक कामासाठी मी अनेकदा तिकडे जातो. आमचा अग्रहार नदीच्या पलीकडे आहे. परवा मठात आराधनेचा स्वयंपाक करूनच इकडे आलो..."

पुन्हा 'आमटी आमटी' असं ओरडत तो दिसेनासा झाला. आचार्यांना वाटलं. आपण उठून सरळ चालायला लागावं! पण पायांना मुंग्या आल्या होत्या. शेजारी बसलेला ब्राह्मण सांगू लागला- 'माझी मुलगी घरकामात हुशार आहे बरं का! कुणाशी कसं वागावं, हे सगळं समजतं! सासूसासरे असलेल्या चांगल्या कुलीन घरी ती पडावी असं आम्हाला वाटतं..."

या भीतीतून सुटायला एकच मार्ग आहे. नारणप्पाच्या शवसंस्काराची जबाबदारी पत्करावी. मला उदात्त समजणाऱ्या अग्रहारातील ब्राह्मणांपुढे जसं घडलं तसं सगळं सांगून टाकावं. आपला निर्धार स्पष्ट कळवावा. हा ब्राह्मणधर्म मी सोडला आहे, फेकून दिला आहे, असं स्पष्ट सांगावं. त्याशिवाय ही आपली भीती जाणारच नाही.

पण तसं केलं तर गणपतीच्या तळ्यातील मासे पकडून अग्रहाराचं जीवन उद्ध्वस्त केल्याची पुनरावृत्ती होईल. त्यांचा आपल्यावर असलेल्या दृढ विश्वासाला तडा जाईल आणि सांगायचं तरी काय काय? चंद्रीशी एकान्त केला, बायकोची शिसारी आली, हॉटेलात कॉफी प्यालो, कोंबड्यांची झुंज पाहिली, पद्मावतीबद्दल या क्षणी आकर्षण आहेच. शेवटी सुतकात असताना देवळात जाऊन ब्राह्मणांच्या पंक्तीत बसून जेवलो. एका माळ्याच्या पोराला बरोबर जेवायलासुद्धा बोलावलं. एवढं सगळं सत्य आहे. कबुलीजबाब नव्हे किंवा पश्तात्ताप नव्हे. नग्न सत्य! कठोर सत्य. एवढं सगळं सांगायला हवं.

"थोडासा हुंडा द्यायलाही माझी हरकत नाही. काळ बदलला आहे. काळ्या मुलींना उजवणं कर्म कठीण झालं आहे. तुम्ही मुलीला एकदा नजरेखाली घाला. जरा सावळी आहे. नाका-डोळ्यानं ठसठशीत आहे. पत्रिकेप्रमाणे गजकेसरी योग आहे. ज्या घरात जाईल तिथं भरभराट होईल."

शेजारचा ब्राह्मण भात जेवता जेवता आपलं सूत्र सोडीत नव्हता.

अग्रहाराच्या ब्राह्मणांना सर्व सांगितल्याशिवाय तरणोपाय नाही. नारणप्पाच्या शवाला संस्कार केल्याशिवाय मनाला बरं वाटणार नाही. चंद्रीजवळ नुसतं राहायचं म्हणून भागणार नाही. पूर्ण निश्चय करायला हवा. परोक्ष आहे ते सर्व प्रत्यक्ष व्हायला हवं. कुणाच्याही डोळ्याला डोळा भिडवून निर्भीडपणे जगता यायला पाहिजे. भीती दडपून उपयोग होणार नाही. आयुष्यभर ती एक टाचणी होऊन राहील. कुणाला तोंड दाखवायची सोय राहणार नाही. त्याऐवजी सरळ सरळ सांगून टाकावं. त्या लोकांच्या नजरेपुढे आपला प्रत्यक्ष पाळलेला धर्म उभा राहील आणि त्यांच्या जीवनांत उलथापालथ होऊन जाईल!

पण असं करण्याचा अधिकार आपल्याला आहे काय? देवा यातून माझी सुटका कर. निर्धार करायची जरुरी भासणार नाही असं काहीतरी कर. जंगलात अंधारात सर्व काही एकाएकी घडतं तसं होऊं दे. डोळ्यांची उघडझाप करण्याआधी नवीन जन्म मला येऊ दे. नारणप्पावर असा प्रसंग कधी आला होता? महाबलाला असं कधी वाटलं होतं? चौकशी केली पाहिजे.

आमटी वाढलेला माध्वच टोपलीतून बुंदीचे लाडू घेऊन आला.

शेजारच्या ब्राह्मणांनी लाडू हातांत मागून घेऊन बाजूला ठेवून घेतला. तो आचार्यांच्या पानापुढे उभा राहिला.

"माझी तरी कमाल आहे हो. आपण दुर्वासपूरचे प्राणेशाचार्य! आपण इथं कशाला बसलात! सावकारांच्या घरी चिरोट्यांचं जेवण होतं. मोठ्यांना तिथंच जेवण असतं. आपल्या कपाळावर अंगार अक्षंती काही नसल्यामुळे मला चट्दिशी ओळखता आलं नाही. आपणही सांगितलं नाहीत! सावकारांना हे सांगितलं नाही तर ते मला फैलावर घेतील. एका महापंडिताला साध्या पानात जेवायला वाढलं म्हणून, आम्ही - आलोच...!"

लाडवाची टोपली तिथंच ठेवून तो पळत गेला. प्राणेशाचार्य आपोषणी घेऊन उठलेच. "स्वामी! खीर येणार आहे अजून..." शेजारचा ब्राह्मण सांगत होता. आचार्यांनी त्याच्याकडे पाहिलंही नाही. लांब लांब ढांगा टाकत ते देवळाबाहेर सटकले. उष्ट्या हातानंच धावू लागले. मागून आवाज आला "अहो... अहो!" पुट्टाचा आवाज. तो धावतच त्यांच्याकडे आला. आचार्य थांबेनात.

"हे हो काय? एक नाही, दोन नाही. अहो पळता का? पोट ठीक आहे ना? घाई वगैरे लागली नाही ना?" पुट्टानं हातात लोटा धरल्याचा आविर्भाव करून अखेरचा प्रश्न केला.

दूर गेल्यावर आचार्य थांबले. आपल्या उष्ट्या हाताची त्यांना लाज वाटली. पुट्टा तर हसत होता.

"हात धुवायलाही फुरसत नव्हती का? मलाही असं होतंय कधी कधी. चला तळ्याकडे जाऊ..."

दोघेही तळ्याकडे निघाले. पुट्टा वाटेत सांगू लागला.

"मी ठरवून टाकलंय– तुमच्याबरोबर मीही कुंदापूरला येणार आहे. माझी बायको माहेरी गेल्याला महिना झालाय. एकही पत्र नाही. समजूत घालून आणायला पाहिजे. आपण एवढे मोठे. एक उपकार करा- माझ्या बायकोला शहाणपणाच्या चार गोष्टी सांगा. तुमचं ती ऐकेल. एका दिवसात तुम्ही माझे जवळचेच झालात. आणखीन एक गोष्ट. चहाडी-चुगली हे आपल्या स्वभावात नाही. तुम्ही पद्मावतीकडे झोपलात हे मी आईची शपथ कुणाला सांगणार नाही. मी माकडाचा खेळ बघत उभा होतो. तेवढ्यात तुम्ही पळायला लागलेले पाहून हसू

आलं. जेवताना काही काही वेळा अशी घाई होते म्हणून, हसायला आलं...''

तळ्यात उतरून प्राणेशाचार्यांनी हातपाय धुऊन घेतले. खळाखळा चूळ भरली. पुट्टा पाठमोरा उभा होता. आचार्य धोतराच्या सोग्याला हात पुसत आलेले पाहून तो म्हणाला ''आटोपलं एवढ्यात?''

''पुट्टा तुला एक गोष्ट सांगायची आहे.''

आचार्यांनी वर पाहिलं. सूर्य नुकताच मावळला होता. पांढऱ्या पक्ष्यांची माळ घराच्या वाटेला लागली होती. तळ्यात बगळा आवाज करीत होता. दिवेलागण होत चालली होती. अग्रहारात दिवे लागून किती दिवस झाले कोण जाणे! स्वप्नात विरघळणाऱ्या जगाप्रमाणे घाटाच्या रेषा पुसट होत चालल्या होत्या. आताचा रंग पुढच्या क्षणाला नाही. बदलत्या रंगसंगतीत आकाश नागडे दिसू लागले. अमावास्या होऊन गेली असेल. थोड्याच वेळात चंद्र वर येईल. डोंगर-टेकड्यांवर चंदेरी रंगाची बरसात होईल. दऱ्याखोऱ्यांतून मात्र गाढ गर्द अंधार लपून राहील.

रात्रीची आरती संपेल. जत्रेत पेटवलेले पलिते कमी होऊ लागतील. गोंधळही कमी होऊ लागेल. यक्षगानाचे मेळेवाले मृदंग वाजवू लागतील. आता चालू लागलो तर मध्यरात्रीपर्यंत अग्रहारात पोहोचू. या लोकांपासून दूर होऊ. भयानं ग्रासलेल्या ब्राह्मणांच्यापुढे उघडे-नागडे होऊन आपण नवीन माणूस होऊ! नारणप्पाच्या जळणाऱ्या शवाभोवती प्रदक्षिणा करूनही समाधान लाभेल; पण ब्राह्मणांना सांगताना पश्चात्ताप म्हणून वाटता कामा नये. आपण पापी आहोत ही भावनासुद्धा मनात येता कामा नये. याशिवाय द्वंद्व संपणार नाही. महाबलाला भेटायला हवं. आपल्या निर्धारानं आपण आपलं व्यक्तिमत्त्व बनवून घ्यायला हवं. पण ते आपलं असायला हवं.

महाबलाला देवाबद्दल काहीच वाटत नाही की काय असंही त्यांना विचारायला हवं.

'ललित लवंग लता परिशीलन कोमल मलय समीरे' त्यांना गीतगोविंदातील ओळ आठवली. आचार्य व्याकुळ झाले. हृदयात प्रेमाचे भरते आले. पुट्टाच्या खांद्यावर हात ठेवून त्यांनी त्याला जवळ ओढून घेतलं. ''मी काही तरी सांगणार होतो...''

''तुम्ही तर आधी बोलायलाच तयार नव्हता. मला वाटलं तुमच्याशी

काही माझं जमणार नाही.'' आचार्यांनी खांद्यावर हात ठेवले म्हणून पुट्टा खूष झालेला होता. ''हे बघ पुट्टा, मी जेवण सोडून का आलो तुला माहीत आहे? आता ताबडतोब मला दुर्वासपूरला जायला हवं.''

''ते कसं काय जमायचं हो? पद्मावती तिथं शेज तयार करून उदबत्ती लावून, मोगऱ्याची वेणी घालून तुमची वाट बघत आहे. तुम्ही बरोबर असल्याशिवाय मी तिला कसं तोंड दाखवू? कितीही घाई असली तरीही तुम्ही आजची रात्र तिथं काढूनच सकाळी जा, आता निघालात तर माझी शप्पथ आहे.'' पुट्टानं आचार्यांना जवळ-जवळ ओढलंच. आचार्यांना भीती वाटली. आपण आपल्या निश्चयापासून ढळू की काय! या पुट्टापासून आता सुटका करून घेतली पाहिजे.

''नाही पुट्टा. ते जमायचं नाही. खरं सांगू? तुला कशाला दुखवायचं म्हणून सांगितलं नाही.''

आचार्यांनी थोडा विचार केला. खोटंच सांगायला हवं.

''माझा एक भाऊ दुर्वासपुरात फार आजारी आहे असं मी जेवायला बसलो असताना समजलं. तो तिथं घटका मोजत असताना मी इथं पद्मावतीबरोबर...''

पुट्टाची निराशा झाली. ''बरंय तर'' निरुत्साहानं तो म्हणाला.

प्राणेशाचार्य निघाले. ''आता तुझी भेट केव्हा? कुंदापूरला जायच्या आधी पद्मावतीला भेटतो म्हणून सांग. मी निघू?''

''तुम्हाला एकट्यांना या अंधारात, जंगलाच्या वाटेत कसं सोडू? मीही येतो.'' तो चिकटलाच.

आता मात्र प्राणेशाचार्यांना भांबावल्यासारखं झालं. कुठल्याही युक्तीनं याच्यापासून सुटका नाही.

''माझ्यामुळे तुला कशाला त्रास?''

''त्रास कसला त्यात?'' पुट्टाचा निर्धार कायमच दिसला. दुर्वासपुरात माझंही काम आहे. पारिजातपुरात आमच्या जातीचे लोक आहेत. नाराणप्पा तुमचे माहितीचे असतील. पारिजातपुराला एकदा गेलो असताना अशीच त्यांची ओळख झाली, आज तुमची झाली ना तशीच. आता बरी आठवण झाली. त्यांनी सगळं काही फुंकून टाकलं, हे तुम्हाला माहीत आहेच. पातळ नेसलेलं कुणीही दिसलं तर ते तोंड वासून बघणाऱ्यांपैकी... हे मी म्हटलं असं मात्र त्यांना सांगू नका. दुसरं म्हणजे पद्मावतीनं तुम्हाला

बोलावलं, हेही त्यांना सांगू नका. तुमच्यापासून लपवण्यात काय अर्थ आहे? ओळख होताच नारणप्पा माझ्यामागे लागले- पद्मावतीकडे घेऊन चल म्हणून. मी तसा लेचापेचा नाही; परंतु एक ब्राह्मण विचारतो म्हटल्यावर नाही म्हणता येईना. पण पद्मावतीला काही ते पसंत पडले नाहीत. पक्के दारूडे ते. यांना आता यापुढे घेऊन येऊ नकोस, अशी तिनं सक्त ताकीद दिली. हे सगळं तुमच्यापाशी राहू द्या, काहीतरी सांगायला जाऊन मी काही तरीच सांगून बसलो. मी तुम्हाला सांगितलंय ना, आमचं गाव तीर्थहळ्ळीच्या पलीकडे म्हणून! तिथं नारणप्पाचा एक मळा आहे. कोणीही करत नाही, त्याच्याकडे पाहत नाही. कित्येक वर्षं झाली. माझा थोडासा परिचय आहे म्हणून विचारावंसं वाटतं. मला लावणीला देता का? सुधारणा करून तुम्हालाही थोडं देत जाईन. त्यासाठी तुम्हाला सांगितलं. तुम्हालाही सोबत झाली. माझंही काम झालं.''

हे सर्व ऐकता ऐकता प्राणेशाचार्यांना जीव नकोसा झाला. नारणप्पा मेला म्हणून याला सांगून टाकावं का? आपला प्रश्न काय तो त्याला स्पष्ट करावा का? पण याच्या सरळ आणि भोळ्या मनात गोंधळ उडवून देण्यात अर्थ नाही. बरं, तो जर बरोबरीनं आला तर सांगावं लागणारच. पण तो जवळ असलेला चांगला. नाही तरी ब्राह्मणांना सांगायचं धैर्य कदाचित् आपल्याकडून व्हायचं नाही. आधी पुट्टाला सांगू. त्याची कशी काय प्रतिक्रिया होते ते पाहू. मग पुढं ब्राह्मणांचं पाहता येईल.

आकाश निरभ्र झालं होतं. देवस्थानांची घंटा ठाण ठाण वाजू लागली. लवकर निघावं. नाहीतर देवळात आपल्याला ओळखणारा माणूस भेटायचा.

''बरं तर. निघू या.'' ते म्हणाले.

तेवढ्यात त्या वाटेनं कनात लावलेली एक बैलगाडी आली. पुट्टानं ती थांबवली. जरीची शाल पांघरलेला एक ब्राह्मण बाहेर तोंड काढून ''काय?'' म्हणाला.

''तुमची गाडी आगुंब्याच्या रस्त्यानं जाणार आहे का?'' पुट्टानं विचारलं.

''हो'' तो ब्राह्मण म्हणाला.

''दोघांसाठी जागा आहे का? आम्ही दुर्वासपूरला चाललो आहोत.'' पुट्टा म्हणाला.

"फक्त एकट्यासाठी जागा आहे हो."

पुट्टानं आचार्यांचा हात हातात घेतला. "मग तुम्ही चढा आत." तो म्हणाला.

"नको रे, आपण दोघंही चालत जाऊ."

"छे. छे. उगीच दमण्यात काय अर्थ आहे? मी उद्या आपल्याला भेटेन की."

शाल पांघरलेल्या ब्राह्मणानं घाई केली. "मग काय? येणार की नाही? दुर्वासपुराच्या एक-दोन मैल अलीकडे आम्ही वळणार आहोत. एक जण पाहिजे तर या लवकर."

पुट्टानं आचार्यांना जवळजवळ ढकललंच. निरुपाय होऊन प्राणेशाचार्य गाडीत चढले. गाडी निघाली. "उद्या तुम्हाला भेटतो." पुट्टानं पुन्हा ओरडून सांगितलं.

"ठीक आहे." आचार्यांनी आतूनच उत्तर दिलं झालं. पुट्टाचा सहवास तूर्त संपला. चार-पाच तासांचा प्रवास काय तो आता शिल्लक आहे. पुढे?

आकाशात नक्षत्र, चन्द्रकोर, सप्तर्षी मण्डळ. मध्येच ढोलकीचा आवाज. अध्येमध्ये कुठं तरी चूल पेटल्यासारखं दिसायचं. गाडी डोंगर चढता चढता, बैल दमून श्वास टाकू लागले. गळ्यातील घंटांचा किणकिणाट. चार-पाच तास प्रवास.

गाडी हिंदकळत होती. हिसके बसत होते. ब्राह्मणांना सर्व कबुली देण्याचं जमेल का आपल्याला? पुट्टा तेव्हा तिथं येईल की नाही? पुढे होणार आहे तरी काय?

●

भारतीय संस्कारांची साक्ष देणारी उत्कंठावर्धक कादंबरी

अस्तित्व

सुधा मूर्ती

अनुवाद : **प्रा.ए.आर.यार्दी**

मुकेशचं आयुष्य तसं अगदी सुखासमाधानात चाललं होतं,
अचानक एक वादळ उठलं.
झंझावातासारख्या आलेल्या या वादळानं
त्याचं आयुष्य पार बदलून गेलं.
एक बळकट कौटुंबिक बंध अचानक तुटून गेला...
कोण होता तो?
मानलेली नाती खरी की, रक्ताची नाती श्रेष्ठ?
अशा अनेक प्रश्नांचा शोध घेता घेता
त्याचा स्वतःच्या अस्तित्वाचा शोध सुरू झाला.
प्रख्यात कन्नड साहित्यिक सुधा मूर्ती यांच्या विवेचक लेखणीतून
साकारलेली उत्कंठावर्धक कादंबरी.
